जादूमंतर छू
आणि
इतर कथा

शंकर सारडा

हे पुस्तक **माझं** आहे

मेहता पब्लिशिंग हाऊस

JADUMANTAR CHOO ANI ITAR KATHA
by Shankar Sarda

जादूमंतर छू आणि इतर कथा / शंकर सारडा
बालसाहित्य

प्रकाशक : सुनील अनिल मेहता
मेहता पब्लिशिंग हाऊस, १९४१, सदाशिव पेठ, माडीवाले कॉलनी, पुणे ३०.
✆ ०२०-२४४७६९२४
E-mail : author@mehtapublishinghouse.com
Website : www.mehtapublishinghouse.com

मुद्रक : पार्कसन्स ग्राफिक्स,
१५, शहा इंडस्ट्रिअल इस्टेट, वीरा देसाई रोड,
अंधेरी (प.), मुंबई ४०० ०५३.

मुखपृष्ठ व आतील चित्रे : घनश्याम देशमुख

प्रथम आवृत्ती : जानेवारी, २०२०

किंमत : ₹१९५

P Book ISBN 9789353173777
E Book ISBN 9789353173784
E Books available on : play.google.com/store/books
www.amazon.in

अनुक्रमणिका

गुलाबकळी आणि राजू

असे म्हणतात की, कधी काळी जगात मोठे विचित्र प्राणी होते. आज ते नाहीसे झालेले आहेत. अग्निसर्प हा प्राणी आज दिसत नाही; पण प्राचीन काळच्या गोष्टीत तो नेहमी हजर असतो. हा प्राणी असतो अजगरासारखा लांबलचक अन् जाडजूड. त्याचे तोंड असते थोडेफार गाढवासारखे किंवा घोड्यासारखे. पण त्याला मोठे मोठे पंख आणि तीक्ष्ण नखेही असतात. बरेच अग्निसर्प डोळ्यांतून आगीचे लोळ बाहेर सोडतात. त्यामुळे त्यांच्याजवळ जाणारा माणूस जळून खाक होतो. संपत्तीचे रक्षण करण्यासाठी ते बऱ्याच वेळा तिजोरीजवळ राहत; पण त्यांची खरी प्रसिद्धी असे ती वेगळ्याच गोष्टीसाठी!

तरुण, सुंदर राजकन्यांना ते पळवून नेत. त्यांना कधी नीट वागवीत, तर कधी त्यांचा छळ करीत. जो राजपुत्र आपला जीव धोक्यात घालून त्या अग्निसर्पाला युक्तीने म्हणा व शक्तीने म्हणा ठार मारून राजकन्येला सोडवून आणत असे,

त्याच्याशी तिचे लग्न लावले जाई. अग्निसर्पाला त्यामुळेच सारे राजे अत्यंत घाबरत. त्याच्यापासून आपापल्या राजकन्यांचे रक्षण करण्यासाठी नाना उपाय योजीत. पण अग्निसर्प पडले महावस्ताद! ते थोडेच भीक घालतात राजांना! असे अग्निसर्प इंग्लंड, अमेरिका, आफ्रिका, चीन वगैरे कितीतरी देशांत होते पूर्वी! तेथील कितीतरी गोष्टींत त्यांचा उल्लेख येतो. आज मात्र ते कुठेच सापडत नाहीत. पण ते आज असले काय नि नसले काय आपल्याला काय त्याचे? या गोष्टीच्या काळी ते चीनमध्ये होते एवढे मात्र खरे!

त्याचे असे झाले... चीनच्या बादशहाला एकुलती एक मुलगी. गुलाबकळी तिचं नाव. खूप सुंदर होती ती! नाजूकही तशीच! नेहमी हसतमुख अन् नुकत्याच उमललेल्या फुलासारखी टवटवीत. त्या राजकन्येकडे बघितले की, राजाला किती आनंद व्हायचा! पण जसजशी ती मोठी होऊ लागली, तसतशी राजाला काळजी वाटू लागली. हिला एखाद्या राक्षसी अग्निसर्पाने पळवून नेले तर करायचे काय? विचार करकरून त्याचे केस पांढरे व्हायची वेळ आली. राणीला कळेना की, बादशहा सारखा विचार कसला करतो? नीट खात नाही, पीत नाही, आहे तरी काय हा प्रकार? दरबारातील सरदारांना अन् विद्वानांना कळेना की राज्यकारभारात राजाचे

चित्त का लागत नाही? पण राजा कुणाला मनमोकळेपणाने काही सांगेना. त्याची काळजी दूर होईना.

शेवटी राजाला एक युक्ती सुचली. झकास युक्ती! ताबडतोब त्याने प्रधानाला बोलावले. राणीला हाक मारली. त्यांनी सांगितले की अग्निसर्पाच्या कचाट्यात सापडणारच नाही अशी युक्ती मला सुचली आहे. राजकन्येला एका उंचच उंच मनोऱ्यात ठेवून द्यायचे. शिकवून तयार केलेल्या पक्ष्यांबरोबर तिचे खाणेपिणे दररोज पाठवायचे. अग्निसर्पाला पंख असले तरी तो आकाशात कितीसा उंच उडू शकणार? तो उडू शकेल त्यापेक्षाही जास्त उंचीचा मनोरा बांधला की झाले!

प्रधान खूप हुशार होता. तो म्हणाला, पण यदाकदाचित अग्निसर्प उंच उडालाच, तरी त्याला मनोऱ्यात शिरता येऊ नये यासाठी दरवाजा ठेवू नये. वर एखादी लहानशी खिडकी पुरे होईल!''

''अन् त्या मनोऱ्याला पायऱ्याही नकोत बरं का!'' राणीने सुचविले. तीही काही कमी बुद्धिमान नव्हती! ''नाहीतर तो अग्निसर्प जिन्यातूनच वर जायचा गं बाई सरपटत सरपटत!''

''अरे!'' राजाला पुन्हा पेच पडला. ''आत शिरायला दरवाजा नको, मग

राजकन्या त्या मनोऱ्यात जाणार कशी?''

''हो ना!'' राणीनेही मान हलवीत म्हटले, ''अन् असा मनोरा बांधणार तरी कोण?''

प्रधानाने डोके खाजवले. त्याच्या डोक्यात एक छानदार कल्पन आली. त्याने ती राजा-राणीला सांगितली. ''हात तिच्या! त्यात तो काय कठीण आहे? सध्या आपल्याच राज्यात तो परदशी जादूगार हिंडतो आहे ना, त्यालाच सांगू या की आपण असा मनोरा बनवायला! त्याने मंत्रतंत्रात इतकी सिद्धी मिळविली आहे की, तो आकाशातून असा मनोरा खाली घेऊन येईल किंवा पाताळातून वर ओढून आणील. त्याचं सामर्थ्य काय साधंसुधं आहे?''

''वा! वा प्रधानजी!'' राजा त्याला एकदम मिठी मारून वर उचलत म्हणाला, ''काय नंबरी युक्ती सुचवलीत तुम्ही! वाहवा! आज आम्ही अगदी खूप मोठं बक्षीस देणार बुवा तुम्हाला! बोला काय देऊ?''

''तुम्ही एवढं बोललात, हेच खूप मोठं बक्षीस वाटतं मला! आणखी मी काय मागणार? प्रधानाचं कर्तव्यच तर बजावलं मी!''

मग तडकाफडकी त्या जादूगाराला बोलावण्यात आले. सारी योजना त्याने समजावून सांगितली. ''अगदी हातचा मळ आहे हा माझ्या! असला एकच काय, म्हणत असाल तर हजार मनोरेदेखील उभे करून दाखवतो.'' त्याने म्हटले, ''पण माझे मंत्र अशा बाबतीत फक्त पौर्णिमेलाच सिद्धीला जातात. येत्या पौर्णिमेला चंद्र आकाशात दिसू लागला की बघा. लोकांनाही बघायला सांगा. राजकन्या गुलाबकळी खूप उंचेल्या मनोऱ्याच्या शेंड्याशी असलेल्या खिडकीतून दिसू शकेल. त्या मनोऱ्याला नसेल दरवाजा, नसेल जिना. पहा तर खरा माझ्या मंत्रविद्येचा प्रभाव!''

''अरेच्या, खरंच की! जादूगारानं सांगितलं होतं ना, अगदी तसं केलं. अबब! काय उंच मनोरा आहे.'' पौर्णिमेला वर आकाशाकडे बघत सारे लोक आश्चर्याने एकमेकांना ही बातमी सांगत होते. आपसात त्याविषयी बोलत होते.

''अरे, ती बघ राजकन्या.''

''हो ना, खिडकीतून बघतेय.''

''हसतेय, नाही रे ती?''

''अन् या मनोऱ्याला म्हणे पायऱ्या नाहीत.''

“हो, अन् दरवाजाही नाही.”

“मग पंचाईतच आहे म्हणायची.”

“का हो?”

“अहो, मग राजकन्या खाली कशी येणार?”

“त्यात काय अवघड आहे? तो जादूगार आणील की!”

“अन् तो निघून गेला तर?”

“आधीच निघून गेला तर... तर काय?”

“काही सुचत नाही बुवा!”

“पण काय हो, अग्निसर्प तिला पळवून नेईल का आता?”

“छे हो! त्याचं काय चालतं या मनोऱ्यापुढं?”

“पण मग राजकन्येला एकटीला मनोऱ्यावर करमेल का? कंटाळा नाही येणार?”

“छे! अहो, सगळ्या सोयी आहेत म्हणे वर! बाग आहे. झोपाळा आहे. खेळखेळणी आहेत, बोलके पक्षी आहेत–”

“मग चंगळच आहे की!”

“पण तिच्या खाण्यापिण्याचं कसं हो होणार? एवढ्या वरती तिचं जेवण कोण नेणार?”

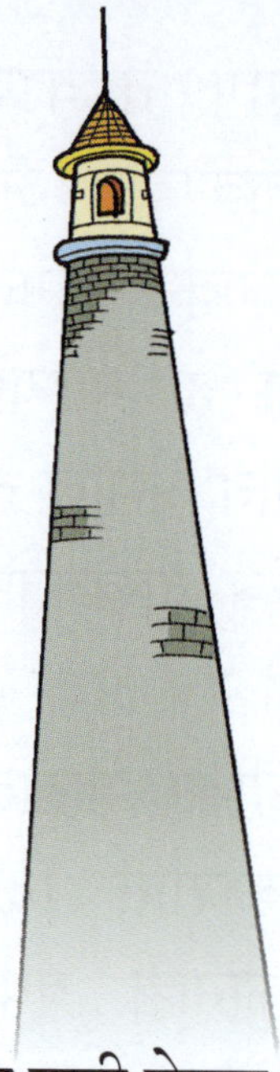

“काही शिकलेले पारवे ते काम करतील की! निरोपाची चिठ्ठी नाही का पोचवत पारवा वाटेल त्या ठिकाणी?”

“पण बिचारी एकटीच वर आहे, नाही? बोलणार कुणाशी हो ती?”

“त्या अग्निसर्पाच्या भयाने या नाजूक पोरीचे मात्र हाल!”

“पण समजा, त्या अग्निसर्पाने पळवलं असतं राजकन्येला, तर कुणी तरुण तिला सोडवायला नसता का तयार झाला?”

“तयार न व्हायला काय झालं? माझ्या लहानपणी आईनं सांगितलेल्या गोष्टीत तर राजपुत्र राजकन्येला अग्निसर्पाच्या कचाट्यातून सोडवतो अन् तिच्याशी लग्न लावतो असा शेवट असायचा.”

“अरे रे रे! राजा चुकलाच बरं का! कोणा अग्निसर्पानं राजकन्येला पळवलं असतं तर एका दगडात दोन पक्षी सापडले असते. राजकन्येला पराक्रमी नवराही मिळाला असता आणि राजाला वारसही झाला असता, नाही?”

"खरंच की! चुकलंच राजाचं!"

लोकांनाच नव्हे तर राजा-राणीलाही आता वाटू लागले की, चुकलेच आपले. तो जादूगार मध्येच त्या राज्यातून कुठे बेपत्ता झाला ते कळेना! त्याच्याबरोबर सारे अग्निसर्पही निघून गेले. राजकन्येला एकटीला तर करमेना! रोज पारव्याबरोबर राजाराणी तिला पत्रे पाठवीत, तीही त्यांची उत्तरे लिहीत असे; पण प्रत्यक्ष बोलल्याविना तिला चैन पडेना. आधी आधी ती नुसती बिछान्यावर पडून राहायची, विचार करीत राहायची. त्यामुळे ती गुलाबकळी कोमेजू लागली.

पण मग ती खिडकीतून बाहेर पाहत तास न् तास उभी राहू लागली. किती दूरवरचा भाग तिला दिसायचा! हिरवेगार डोंगर, त्यातून वाहणाऱ्या नद्या, झुळझुळणारे झरे, शहरातील घरे, रस्ते, वने-उपवने सारखं पाहत राहावंसं वाटे. सकाळी कोवळ्या उन्हात सारं कसं चकचकीत दिसे! दुपारी सारे कसे रखरखीत वाटे!

अन् संध्याकाळी तांबूस पिवळ्या उन्हाने सारे कसे रंगलेले असे! रात्रीच्या काळोखातही त्या साऱ्यांची वेगळीच सुंदरता जाणवत असे. अमावस्येच्या रात्री भयाण काळोखात डोंगरदऱ्या म्हणजे केवळ काळाकुट्ट पट्टा वाटे. तर पौर्णिमेच्या रात्री त्याच जणू चांदीच्या दुधाने न्हाऊन निघत. रात्रीच्या काळोख्या आभाळाशी तिची आता मैत्री झाली. ताऱ्यांकडे नि चांदण्याकडे ती टक लावून पाहत राही. त्याच्याशी कितीतरी गमतीदार बोलत राही. वाऱ्याशीही तिचे चांगलेच सूत जमले. सकाळचा गारगार मंद वारा तिला जसा आवडे, तसाच दुपारचा गरम वाराही आवडे. संध्याकाळी घरी परतणाऱ्या वाऱ्याची तर ती जणू वाटच पाहत असे. वसंत ऋतूत फळाफुलांनी रंगीबेरंगी झालेली दुनिया, वर्षा ऋतूत हरित तृणांचे मखमली नि हिरवे हिरवेगार शालू ल्यालेली सृष्टी, हेमंतात थंडीने कुडकुडणारी झाडे-झुडपे नि घरेदारे,

ग्रीष्मात पाने, फुले अगदी गळून जाऊन ओकीबोकी, उघडीवागडी दिसणारी वनराई हे सारे बदल ती पाहत राही. त्यात ती आपले दुःख विसरून जाई.

एक वर्ष हां हां म्हणता निघून गेले. आपल्या लाडक्या लेकीशिवाय राजा-राणीलाही चैन पडेनासे झाले. अग्निसर्प तर केव्हाच निघून गेले होते. राजाने दवंडी पिटली की, जो कोणी राजकन्येला मनोऱ्यातून खाली सुखरूप आणील त्याला खूप मोठे बक्षीस मिळेल. बक्षिसाच्या आशेने बऱ्याच लोकांनी प्रयत्न केले. उंच शिड्या बनविल्या; कुणी आणखी काही केले, पण वरपर्यंत कुणाला जाता येईना. राजा-राणी निराश झाले. कुणाला काही सुचेना. त्या दिवशी सकाळी राजकन्या खिडकीतून येणाऱ्या शीतल झुळकांशी खेळत होती. त्या झुळुका मोठ्या वात्रट होत्या. राजकन्येच्या गालांना गुदगुल्या करून तिला त्या हसवीत होत्या. केस भुरूभुरू उडवीत होत्या. ते सावरताना तिची त्रेधातिरपीट उडत होती. तिचा रेशमी दुपट्टाही त्या क्षणभर जागेवर राहू देत नसत.

तेवढ्यात तिचे लक्ष खाली गेले. एक आठ दहा वर्षांचा चुणचुणीत पोरगा तिला हाका मारीत होता, टाळ्या पिटीत होता. वरून किती पिटुकला दिसत होता तो! तिने आपल्या

पारव्याबरोबर एक चिठ्ठी त्याजकडे पाठवली. ''कोण हवंय रे बाळ तुला, नाव काय तुझं? कुठून आला आहेस? मला सारख्या हाका कशाला मारत असतोस?''

त्याने ती चिठ्ठी वाचून उत्तर पाठविले – ''मी राजू, तुला एकटीला करमत नाही ना म्हणून आलोय. माझ्या स्वप्नात कुणीतरी परी आली होती. तिनं इथं यायला मला सांगितलं. तुझी करमणूक करायची आज्ञा आहे. खाली राहूनच तुझ्याशी मी खेळत जाईन, चालेल ना?''

''काय वेडा पोर आहे बाई. म्हणे स्वप्नात परी भेटली. पण तिला तो फारच आवडला. तो खालून चेंडू असा फेकायचा, की मनोऱ्याच्या खिडकीपाशी वर जायचा. राजकन्या त्या चेंडूला अडवायचा नेहमी प्रयत्न करायची; पण तो बहुधा निसटायचा. एकदा मात्र पकडला हो तिने. त्या वेळी राजूने इतक्या टाळ्या पिटल्या की त्या आवाजाने मनोराच हादरायला लागला, असे राजकन्येला वाटले.

शिवाय तो एकाच वेळी पाच-सहा चेंडू वर फेकत राहायचा नि त्यातील एकेक झेलत राहायचा. राजकन्येला ते पाहताना खूप बरे वाटायचे. लांबलचक बांबू घेऊन

तो इतकी उंच उडी घ्यायचा नि तोल सांभाळून तसाच वर काही वेळ राहायचा. ते पाहून तर तिच्या पोटात धस्स व्हायचे.

इतक्या उंच मनोऱ्यावर असली तरी खाली चाललेल्या राजूच्या लीलांकडे सारखे सारखे बघून तिची नजर अगदी तीक्ष्ण बनली. राजूची लहानसहान हालचालही ती पाहू शके. आपल्या करामतीने व खेळाने राजकन्येला आनंद होतो हे पाहून राजालाही बरे वाटायचे. स्वप्नातील परीची ही आज्ञा त्यालाही खूपच आवडली.

एका गोष्टीचे चिंतन तो सारखा करी. राजकन्येचा थकलेपणा घालवून तिला निरनिराळ्या खेळ-करामतींनी रिझवूनच भागणार नाही; आपण तिची सुटका केली पाहिजे. त्या पऱ्यांच्या राणीने आपणास जर पंख दिले किंवा दुसऱ्या काही युक्तीने वर चढता आले तर...? असे कितीतरी विचार त्याच्या मनात येत. त्याच्या प्रेमळ, दयाळू, सालस मनाला राजकन्या एकटी मनोऱ्यात अडकून पडली आहे याचे फार दुःख होई. राजाने लावलेल्या बक्षिसाचा विचारही त्याच्या मनात आला नाही. त्याल परीने आज्ञा केली हे खरे, शिवाय दुसऱ्याचे दुःख बघून त्याचा जीव तिळतिळ तुटत असे. दुःखीकष्टी माणसाला तो वाटेल ती मदत करायला तयार असे.

एके दिवशी राजकन्येशी चेंडूफेकीचा खेळ खेळत असता त्याला एक म्हातारी दिसली. पाय लटपटत होते तरी बिचारी डोईवरून लाकडाची मोळी वाहून नेत होती. मोळीच्या भाराने ती म्हातारी कधी खाली कोसळेल याचा नेम नव्हता. तिला पाहताच वर उडवलेला चेंडू खाली येण्याची वाट न पाहताच त्यानं तिच्याकडे धाव घेतली.

म्हातारीच्या डोईवरून ती मोळी उतरून तिला म्हटले, "अगं आजी, हे गं काय? एवढी मोठी मोळी उचलत नाही, तर लहान का नाही घेतली? पडली असतीस तर हाडं राहिली असती का जागेवर?"

मग त्यानं मोळी स्वतःच्या डोक्यावर घेऊन म्हटले, "चल आता, तुला घरापर्यंत पोचवतो. तुझ्या नातवासारखाच आहे मी! तुझं काम मग नको करायला? चल."

"फारच चांगला मुलगा आहेस तू." आपल्या झोपडीजवळ पोचल्यावर म्हातारीने त्याच्या पाठीवरून हात फिरवला व म्हटले, "खाऊ देईन म्हटलं तर म्यां मेलीच्या घरात काही किडूकमिडूक नाही. पण थांब हो बाळ, असलं काही तर बघते तुला द्यायला."

"आजी आजी, अगं खरंच नको मला काही. मी काही खाऊसाठी नाही आलो इथं."

तरी म्हातारी काहीतरी शोधतच होती. शेवटी एका मडक्यातून एक थोरला घेवडा काढून तिने त्याच्या हातावर ठेवून म्हटले, "हा तुझ्या कामी येईल बघ. जमिनीत पेरला की काहीतरी जादू होईल असं म्हणतात."

राजूला तो घेवडा घेताना कसेसेच वाटले. आपण म्हातारीला मदत केली ती बक्षिसाच्या लोभाने नाही; पण तिच्या त्या प्रेमळ आग्रहाला नकार दिला तर तिला वाईट वाटायचे. त्याने तो घेवडा खिशात टाकला. वाटेने येताना म्हातारीचे शब्द त्याला एकदम आठवले. "हा तुझ्या कामी येईल बरं. जमिनीत पेरला की काहीतरी जादू होईल असं म्हणतात!"

"ओ– म्हणजे? आलं लक्षात" त्याने मागे वळून झोपडीकडे बघितले. तो झोपडी दिसेना. "आं? ती परी तर नव्हती ना कुणी? म्हणजे याचा अर्थ काय?' अन् हा विचार मनात येताच तो वाघ पाठीला लागल्यागत धावत सुटला.

मनोऱ्याजवळ आला तेव्हा तो पार घामाघूम झाला होता. छाती तर इतक्या वेगाने

वरखाली होत होती, की विचारू नका. राजकन्येने आपल्या खिडकीतूनच सर्व प्रकार पाहिलाच होता. राजू इतक्या वेगाने का धावतोय हे तिला कळेना! थोड्या वेळाने राजूने मनोऱ्याजवळच एक खड्डा खणून त्यात तो घेवडा टाकला. खड्डा बुजवून वर पाणी टाकले आणि डोळे विस्फारून त्या जागेकडे तो पाहू लागला.

त्याचा अंदाज खरा ठरला. तो घेवडा जादूचा होता. स्वप्नातील ती परीच म्हातारीच्या रूपाने आली असावी. त्याच्या परोपकारी स्वभावावर प्रसन्न होऊन तिनेच तो जादूचा घेवडा त्याच्या स्वाधीन केला असावा. काही मिनिटे गेली तोच त्या खड्ड्यातून एक रोपटे अंकुरले. त्यातून सरसर वेल वाढू लागला. राजूही झरझर त्यावर चढू लागला. राजकन्येच्या ध्यानातही सर्व प्रकार आला. वेल खिडकीशी येताच, त्याला धरण्याची तयारी तिने केली आणि त्याप्रमाणे वेल खिडकीएवढ्या उंचीवर येताच राजूने पुढे केलेल्या हाताला तिने झटकन पकडले.

"राजू..."

"गुलाबताई..." पण पुढे राजूला काही बोलवेना.

वेलीवरून खाली उतरून, जमिनीवर पाय ठेवायचा अवकाश की राजा-राणीने त्या दोघांना मिठ्या मारल्या. त्या वेळचा आनंद काय सांगावा?

राजा अजूनही म्हणतो, ''मीच मोठी चूक केली. अग्निसर्पाच्या भीतीनं असं काही करून पोरीला एकटं सोडायला नको होतं.''

पण गुलाबकळीला ते पटत नाही. ती म्हणते, ''छे छे! तुमचंच बरोबर होतं. मला एवाद्या अग्निसर्पानं खरोखरच नेलं असतं तर...? नको गं बाई ते विचारच मुळी!''

मग त्यांच्या गप्पा रंगायच्या.

''तुला एकटीला कंटाळा यायचा का गं?''

''आधी आधी यायचा तर! पण पुढं कितीतरी मित्र मिळाले मला. ते आकाश, तो चंद्र, ते तारे, चांदण्या, वारा, डोंगरदऱ्या, निरनिराळ्या ऋतूंत रूपे बदलणारी ही सृष्टी. त्या साऱ्यांकडे पाहताना, त्यांच्याशी बोलताना वेळ भुर्रकन निघून जायचा! आणि सगळ्यात मोठा मित्र कोण मिळाला सांगू?''

''हो, सांग ना''

''हा राजू. किती मज्जा मज्जा करायचा गं हा! अन् त्यानं तो जादूचा घेवडा नसता

आणला तर काही सुटका झाली नसती माझी जन्मभर, नाही का गं आई?''

''खरंच गडे, किती उपकार आहेत याचे आपल्यावर!''

''आणि आई, एक मागू?''

''अहा रे वेडी, त्यात विचारायला गं काय हवं? मी कधी काही नको म्हटलंय? माग ना तुला काय हवं ते?''

''या राजूला आपल्या राजवाड्यातच ठेवून घेऊ या की आपण! असा भाऊ दुसरा कोण मिळणार?''

''खरंच, छान आहे हं कल्पना. राहतोस ना रे राजू आमच्याकडे?''

''गुलाबताईचीच इच्छा असेल तर राहीन; पण एक अट मात्र आहे हं!''

ती कसली रे राजूभय्या?'' गुलाबकळीने एकदम विचारले.

''सांगू? चिडणार नाहीस ना?''

''नाही चिडणार, मग तर झालं?''

"तुझा नवरा माझ्या पसंतीनं ठरवायचा–"

"ऍ हॅ रे – ही काय अट आहे? म्हणे तुझा नवरा– चहाटळ कुठला!"

"वा! आता का चिडलीस गं?"

आणि मग?

ते काय सांगायला हवे? राजू आपल्या ताईला झकास नवरा शोधायला लागला असावा.

◆

अद्‌भुत पुस्तकाची गोष्ट

आज मी तुम्हाला एक गमतीची गोष्ट सांगणार आहे. ही गोष्ट आहे समरची. चाळीस वर्षांपूर्वी नाशिकला तो राहायचा. त्या वेळी आठ-नऊ वर्षांचा मुलगा होता तो. आता अर्थातच समर मोठा माणूस झाला आहे; आणि चाळीस वर्षांपूर्वीची ती गोष्ट आठवली म्हणजे त्याला आजही मोठी गंमत वाटते. ते स्वप्न तर नव्हते ना? त्याला अजूनही कोडे पडते.

बालमित्रांनो, तुम्हीच काय ते ठरवा. गोष्ट वाचा आणि तुम्हाला काय वाटते ते सांगा.

त्या वेळी समर छोटा शाळकरी मुलगा होता. शाळेत जायचा. खेळायचा. खाऊ खायचा. कधीमधी खोड्या करायचा. आपल्या वर्गातल्या मुलांना चिमटे काढायचा; कुणाच्या तरी सदऱ्यावर शाईचे थेंब उडवायचा. कुणाच्या पाठीवर गाढव असे मोठ्या अक्षरात लिहिलेला कागदच चिकटवायचा. त्यामुळे शाळेतले त्याचे गुरुजी रागवायचे. छड्याही मारायचे. घरी आईही त्याला रागवायची.

पण समर सारखा खोड्याच करायचा असे मात्र नाही. तो कधी आईला घरकामात मदत करायचा. धाकट्या बहिणीला खेळवायचा. बाबांची पत्रे पोस्टात नेऊन टाकायचा. एखाद्या गरीब भिकाऱ्याला पैसाही द्यायचा. अशा वेळी अर्थातच सगळ्यांना तो आवडायचा. त्याचे बाबा तर त्याला म्हणायचे- तू चांगली कामे करतोस तेव्हा मला आवडतोस. नेहमी खरे बोलावे. प्रामाणिकपणे काम करावे. खूप काम करावे. दुसऱ्यांना मदत करावी. केवळ स्वतःपुरते बघू नये. खोटे बोलू नये. वाईट काम करू नये.''

समरला ते सारे ऐकून कंटाळा यायचा. का म्हणून नेहमी खरे बोलायचे? का इतरांना मदत करायची? का चिकाटीने अभ्यास करायचा? आपल्याला मिळालेला खाऊ स्वतः न खाता इतरांना का द्यायचा?

त्याला असेही वाटायचे, आपण जरासे खोटे बोललो तर कोणाला ते कळणार आहे? पुस्तकात पाहून परीक्षेत उत्तर लिहिले तर कुणाला कळणार आहे? आपण एकट्यानेच खाऊ खाल्ला तर कोणाला का वाईट वाटावे? खाली पडलेला अमोलचा खोडरबर घेतला तर काय बिघडले? आनंदची पेन्सिल घेतली तर त्याला थोडेच कळणार आहे? जर कुणी बघत नसेल तर वस्तू घ्यायला काय हरकत आहे?

साहजिकच समरचे वागणे कधी चांगले तर कधी वाईट असायचे. कधी खरे बोलायचा तर कधी खोटे; कधी कुणाला मदत करायचा तर कधी त्रास द्यायचा. म्हणजे तो अर्धा चांगला होता, अर्धा वाईट होता. समर हा असा दुहेरी वागणारा मुलगा होता. तुमच्यासारखाच म्हणा ना! बरीच मुले समरसारखीच असतात. कधी खोड्या करणार, तर कधी दयाळू बनणार. कधी अभ्यास करणार तर कधी टिवल्याबावल्या करणार. कधी दुसऱ्यांच्या वस्तू त्यांच्या नकळत पळवणार तर कधी दुसऱ्यांना आपल्या वस्तू देणार बरीच मुले अशी असतात. अर्धवट चांगली, अर्धवट वाईट.

एके दिवशी समर असाच फिरायला निघाला. एकटाच.

सुटीचा दिवस. तशात गृहपाठही संपलेला.

नाशिकच्या घाटावर जाऊन बसायला त्याला नेहमीच गंमत वाटे.

त्या दिवशी घाटावर त्याला एक म्हातारा फेरीवाला बऱ्याच गमती-गमतीच्या वस्तू आणि जुनी पुस्तकं मांडून बसलेला दिसला.

जुना ग्रोमोफोन, जुने टेबल, तसबिरी, अत्तरदाण्या, जुन्या रेकॉर्ड्स, कागदी फुले, पितळेच्या फुलदाण्या, प्लॅस्टर ऑफ पॅरिसच्या मूर्ती, लेदरची पाकिटे, सायकलच्या

घंटा, जपानी बाहुल्या, लाकडी खेळणी...समरला त्या वेगवेगळ्या चित्रविचित्र वस्तू बघून गंमत वाटली. त्यातली एक पितळी फुलदाणी त्याला खूपच आवडली. त्याने फेरीवाल्याला विचारले, ''ही फुलदाणी केवढ्याला?''

''दहा रुपयांना; हवीय का तुला?'' हा छोटा पोरगा ही फुलदाणी घेणार- छे! काहीतरीच. असाच जणू फेरीवाल्याचा सूर होता.

''दहा रुपये? नाही बुवा, माझ्याकडे तर पाचच रुपये आहेत.'' समरने उत्तर दिले. आता खरे सांगायचे तर समर चक्क खोटेच बोलला होता. त्याच्याजवळ दहा रुपये साठलेले होते; पण त्याला क्रिकेट खेळायला चेंडू आणायचा होता. शिवाय बॅटही. त्यामुळे त्यासाठी तीन-चार रुपये लागणार होते. मग या फुलदाणीसाठी दहा रुपये कसे देणार? हे सगळं सांगत बसण्याऐवजी समरने आपले म्हणून टाकले, ''माझ्याकडे तर पाचच रुपये आहेत.''

तो फेरीवाला त्याला म्हणाला, ''दुसरी एखादी वस्तू तुला आवडतेय का बघ बाळ. ही फुलदाणी तर जयपूरच्या राजवाड्यातली आहे. ती काही दहा रुपयांपेक्षा कमी किमतीला मिळणार नाही.''

समरला ती फुलदाणी आवडली होती. आपल्या अभ्यासाच्या टेबलावर ती ठेवल्यास, तिच्यात रंगीबेरंगी फुले रोज कशी मस्त दिसतील, हे चित्र तो डोळ्यांसमोर

घोळवत होता. आईलाही ही फुलदाणी आवडली असती. पण तिच्यासाठी दहा रुपये खर्च करायचे मात्र त्याला अवघड वाटत होते.

तो इतर वस्तूंकडे बघू लागला.

एका मोठ्या पुस्तकाने त्याचे लक्ष वेधून घेतले. ते जाडजूड होते. त्याचे मुखपृष्ठ रंगीत होते. अगदी आपल्यासारखाच चेहरा असणारा मुलगा त्या मुखपृष्ठावर कसा आला, असा प्रश्न त्याला पडला. ते पुस्तक घेण्यासाठी त्याने हात पुढे केला.

''थांब थांब बाळ. त्या पुस्तकाला हात लावू नको. ते मोठे चमत्कारिक पुस्तक आहे!'' तो फेरीवाला म्हणाला.

समर एकदम दचकला. पुस्तकासारखे पुस्तक; आणि हा फेरीवाला त्याला चमत्कारिक म्हणतोय.

''म्हणजे ?''

''खरंच बाळ, हे पुस्तक मोठं विचित्र आहे. जो कुणी त्या पुस्तकाची पानं उलगडून बघतो, त्याला आपलीच मोठेपणाची चित्रे दिसतात. मी जर तुझ्या जागी असतो, तर या पुस्तकाला हातदेखील लावणार नाही. ते उघडून बघायची तर बातच नको. त्या पुस्तकात तुला जे तुझं रूप बघायला मिळेल ते तुला पसंत पडणारही नाही.''

''काहीतरीच बोलताय, फेरीवालेदादा तुम्ही.'' समर बुचकळ्यात पडला; पण तरीही धाडसानं म्हणाला, ''मोठा झाल्यावर मी डॉक्टर होणार आहे. हुशार डॉक्टर. खूप खूप नाव मिळवणार. खूप श्रीमंत होणार. बघू तर द्या त्या पुस्तकात; त्या वेळचा माझा थाट कसा असेल ते! गाडी, बंगला...''

''हे बघ बाळ, परत सांगतो. मी तुझ्या जागी असतो तर या पुस्तकाकडं चुकूनही बघितल नसतं.'' ते पुस्तक दूर ठेवत फेरीवाला म्हणाला, ''मी तुझ्यापेक्षा खूप जग बघितलंय. तुझा चेहराच मला सांगतोय की तू कधी कधी खोटं बोलतोस, कधी दुसऱ्यांना त्रास देतोस, कधी लोकांच्या वस्तू त्यांना न विचारता घेतोस. तू त्या पुस्तकात बघू नकोस. त्यात तुला जे बघायला मिळेल ते तुला आवडणार नाही. तुला वाईट वाटेल. तुला भीती वाटेल. तुला दुःख होईल.''

फेरीवाला पुस्तकात बघण्यापासून समरला परावृत्त करत होता. तर पुस्तकात बघायची समरची इच्छा मात्र जास्त जास्त तीव्र होत होती. या पुस्तकात आपण मोठेपणी कसे असू ते मुळी दिसणेच शक्य नाही; हा फेरीवाला उगाचच काहीतरी सांगतोय, असेच त्याला वाटत होते. मग या पुस्तकात आहे तरी काय? आपण बघायलाच हवे.

''असं काय करता फेरीवालेदादा?'' समरने विनवणी करीत म्हटले, बघू द्या ना

मला ते पुस्तक. मी खराब नाही करणार अजिबात.'' -आणि समर अगदी गोड गोड हसला. कुणालाही खूष करील, असा हसला. मोठ्या अजिजीनं तो बघत होता.

फेरीवाला त्याच्याकडे थोडा वेळ टक लावून बघत राहिला. शेवटी म्हणाला, ''तू मला अर्धवट मुलगा दिसतोस. अर्धवट म्हणजे अर्ध खरं बोलणारा. अर्ध खोटं बोलणारा. थोडा लबाड. तसं असेल तर हे पुस्तक तुला दोन वेगवेगळ्या गोष्टी चित्ररूपानं दाखवील, एकीकडून वाचायला सुरुवात केली तर एक गोष्ट, तू अर्धवट आहेस; थोडा चांगला, थोडा वाईट. ठीक आहे. या बाजूनं आपण पुस्तक बघायला लागू.

''हे बघ. इथं तू शाळेत तुझ्या शिक्षकांना फसवतो आहेस. गणित चुकलं तरी बरोबर म्हणून सांगतो आहेस. परीक्षेत कॉपी करतो आहेस. हं. आता थोडा मोठा झाला आहेस. तुला बक्षीस मिळतंय; पण दुसऱ्याची गोष्टच तू उतरून काढून हे बक्षीस मिळवलं आहेस....''

''काहीतरीच आहे या पुस्तकात. मला नाही बघायचं ते.'' समर ते पुस्तक बंद करायला निघाला.

''नाही नाही. आता असं मध्येच हे पुस्तक तुला नाही बंद करता येणार. शेवटपर्यंत

बघायलाच हवं ते. अरे, हे तर तुझं कॉलेजमधलं चित्र दिसतंय. इथंही तू दुसऱ्याच्या वहीतली उत्तरंच उतरून काढतो आहेस. अन् ही बघ - तुझी आई रडतेय. अरे, तिचा आज वाढदिवस. आणि तू घरीच गेला नाहीस. तुझी वाट बघून बिचारी तळमळतेय. पण तुला आहे का काही त्याची पर्वा?...''

''काय वाटेल ते लिहिलंय इथं. मला नाही खरं वाटत.''

''थांब जरा. पुढं काय आहे ते तर बघ... अरे, तू इथं तर चक्क डॉक्टर बनलेला दिसतो आहेस. पेशंटना औषध देतो आहेस. पण तुझे पेशंट सगळे श्रीमंतच दिसताहेत की! भरपूर फी घेतोस म्हणे तू! गरिबांना तर सरळ हाकलून लावतोस म्हणे. असला कसला रे तू डॉक्टर. पैशामागे धावणारा. गरिबांना नाडणारा. पक्का स्वार्थी.''

आणखी पाने उलटली.

डॉक्टर समर, त्याची बायको, त्याची मुले. पण डॉक्टरला मुलांशी खेळायला वेळ नाही.

पुढच्या पानात डॉक्टर समर म्हातारा. अंग थरथर कापतेय. कपाळावर सुरकुत्या.मुले दूर निघून गेलेली. एकट्या मुलाला आपण माया लावली नाही. नुसता पैशांचा मोह ठेवला. आता कोणी मित्र नाहीत. कोणी मदतीला नाही... रोज बायकोशी भांडणे.''

''हट्! कसले घाणेरडे पुस्तक आहे हे! मी असा कधीच होणार नाही.'' समर

म्हणाला.

"थांब बाळ. अशी घाई करू नकोस. आता हे पुस्तक आपण उलटीकडून बघायचंय. तुला मी आधीच सांगितलं होतं. तू अर्धवट आहेस. थोडा चांगला, थोडा वाईट. तू जर वाईट वागलास तर तुझ्या नशिबात काय आहे ते तू आता बघितलंस पण तू चांगलं वागलास, नेहमी प्रामाणिकपणे कष्ट केलेस, इतरांना दया दाखवलीस तर काय होईल ते नको का बघायला?"

"ठीक आहे. बघू या तर!"

"हा बघ, हा छोटा मुलगा. परीक्षेत पहिला नंबर आलाय. बक्षीस मिळालेय. पण हा नंबर कॉपी करून नाही मिळालेला. अभ्यास करून कष्टांनी मिळवलाय. बघ, तुझ्या चेहऱ्यावर कसं समाधान दिसतंय ते! हा तरुण बघ. हा सर्वांना मदत करतोय आणि हा डॉक्टर. हा गरीब-श्रीमंत भेद न करता सर्वांना प्रेमानं औषध देतोय. पैसे नसले तरी कोणाला औषध द्यायला कसूर करीत नाही. 'पैसे नाहीत? हरकत नाही आधी तुम्ही बरे व्हा. तुमची सेवा करायला मिळतेय हेच माझे भाग्य. तुमच्या चेहऱ्यावरचे हास्य हीच माझी फी,' असं हा डॉक्टर म्हणतोय. सगळेजण म्हणताहेत- हा देवमाणूस आहे."

"हे छान चित्र आहे हं. मला आवडलं. पुढं काय आहे?"

"अरे, इथं तर हा डॉक्टर- त्याची बायकोही दिसतेय. त्याच्यावर प्रेम करणारी. घर साधंच दिसतंय. पण किती प्रेमळ वातावरण आहे. किती सुखी दिसतंय. अन् ही मुलं

कशी छान बागडताहेत! घर कसं गोकुळासारखं वाटतंय, अन् हा चेहरा कसा सुखीसमाधानी दिसतोय. प्रेमळ, दयाळू, गोड, हसरा....''

पुस्तक मिटत फेरीवाला म्हणाला, ''बघितलंस बाळ, मी म्हटलं ना, तू अर्धवट आहेस- अर्धा चांगला, अर्धा वाईट. आता हीच वेळ आहे आपण नेमका कुठला रस्ता पकडायचा हे ठरवण्याची. जर वाईट रस्त्यानं गेलास, खोटं बोलू लागलास, दुष्टपणानं वागू लागलास, फसवाफसवी करू लागलास, केवळ पैशाच्या मागे लागलास तर तू वाईट माणूसच होणार. सगळे जण तुला दूर करणार. शेवटी तू दुःखी-कष्टीच होणार. पण तू खरं बोल, खूप काम कर, प्रामाणिक राहा, सर्वांशी प्रेमानं वाग, दयाळूपणानं मदत कर. तुला मोठेपणी सुख मिळेल. आनंद मिळेल सर्व जण तुला मान देतील. तुला देवमाणूस म्हणतील. तुला वाटत असेल, कुणी बघत नाही तर कुणाची वस्तू उचलली म्हणून काय बिघडलं? तुला वाटत असेल आपण खोटं बोलतोयऽ हे कुणाच्या लक्षात तर येणार नाही; कुणाला फसवलं तर कोण आपल्याला पकडणार आहे? असं नसतं बाळ. आपल्यालाच स्वतःला माहीत असतं. आपण खोटं बोलतोय, चुकीचं वागतोय हे आपल्याला कळत असतं. दुसऱ्याला कळलं न कळलं तरी फरक पडत नाही. पण आपण आपल्यालाच फसवू शकत नाही. आपण खऱ्याच्या रस्त्यानं जायचं की खोट्याच्या रस्त्यानं जायचं, हे आपण ठरवायचं असतं.''

''खरंय तुम्ही म्हणताय ते.'' समर म्हणाला.

"आता तू नाही ना असं म्हणणार- मी खोटं बोलतोय हे कुणालाही माहीत नाही असं? कारण तुला ते माहीत असतं. आणि तेच महत्त्वाचं असतं. त्यामुळे खोटं बोलायची इच्छा झाली तरी ती टाळता येईल. खरं ना?"

"अगदी खरं."

"मग बाळ, यापुढं खरं बोलत जा. चांगलं वागत जा. त्या फुलदाणीला कुणीही गिऱ्हाईक मिळेल मला. तुझ्याजवळ तेवढे पैसे नाहीत तर काय करायचं?"

"फेरीवाले बाबा, माझ्याजवळ तेवढे पैसे आहेत; पण मला क्रिकेटची बॅट अन् चेंडू आणायचाय; त्यामुळे मी तसे बोललो."

"मी असं करतो. चेंडू, बॅट नंतर घेईन. आणखी पैसे साठल्यावर. ती फुलदाणी मात्र उद्याच नेईन. माझ्या आईचा उद्या वाढदिवस आहे. तिला भेट देईन."

"मग असं कर. ही फुलदाणी घेऊन जा. पैसे उद्या दिलेस तरी चालेल."

"तुम्ही माझ्यावर विश्वास ठेवताय? फेरीवालेबाबा, मी आताच तर तुमच्याशी खोटं बोललो होतो."

"माझा तुझ्यावर विश्वास आहे." फेरीवाला म्हणाला,

"ही घे फुलदाणी. माझा लाडका अर्धवट बाळ."

समरनं ती फुलदाणी घेतली. तो घराकडे निघाला. त्याच्या डोक्यात आता कसलाही गोंधळ नव्हता. सगळं आकाश कसं स्वच्छ वाटत होतं. खरं बोलणं आणि खोटं बोलणं, चांगलं वागणं आणि वाईट वागणं याला महत्त्व असतं ते आपल्या

स्वतःच्याच दृष्टीनं. इतर कुणाच्या भीतीनं चांगलं वागणं वेगळं; पण स्वतःला चांगलं बनायचंय म्हणून चांगलं वागणं, हे सगळ्यात महत्त्वाचं. आपलं भविष्य आपल्याच हातात आहे, प्रत्येक गोष्ट- मग ती लहान असो वा मोठी असो- आपल्या भावी जीवनाच्या दृष्टीनं महत्त्वाची असते; आणि म्हणून आपण नेहमी खरं बोलायला हवं, हे त्याला पुरतं पटलं होतं.

समरची गोष्ट इथंच संपली नाही.

समर आता मोठा डॉक्टर झाला आहे. त्याच्याकडे पेशंटची मोठी गर्दी असते. गरीब-श्रीमंत असा फरक तो करत नाही. तो खूप दयाळू आहे. सर्वांना मदत करतो. सगळ्यांची सेवा करतो. लोक त्याला देवमाणूस म्हणतात. त्या फेरीवाल्याच्या त्या चमत्कारिक, अद्‌भुत पुस्तकामुळे आपल्याला जीवनाचा खरा अर्थ कळला, असं त्याला वाटतं. हे पुस्तक प्रत्येक मुलाला बघायला मिळायला हवं असंही त्याला वाटतं.

बहुतेक मुलं लहानपणी अर्धवट असतात. खरं आणि खोटं चांगलं आणि वाईट यांतला फरक त्यांना कळत नाही. तो फरक कळला की मग मोठेपणी सुख लागतं. ते पुस्तक तुम्हा मुलांना दाखवावंसं मला फार वाटतंय; पण फेरीवाला कुठं गेलाय तो भेटतच नाही. तुम्हाला जर तो फेरीवाला भेटला, तर मात्र हे पुस्तक जरूर बघाच हं!

◆

जादूमंतर छू

अमरला जादूगार व्हायचे होते. त्याचे आजोबा प्रो. अजब सरकार हे जादूगार होते. त्याचे वडील प्रो. अखिलचंद्र सरकार हेदेखील जादूगार होते. ते सारे जग हिंडून आले होते. देशोदेशी त्यांनी जादूचे प्रयोग करून दाखविले होते. वाहवा मिळवली होती. कलकत्ता येथे त्यांनी एक मोठा जादूमहाल बांधला होता. त्या बंगल्याच्या एका भागात त्यांनी निरनिराळ्या देशांतून आणलेल्या गमतीजमतीच्या वस्तू ठेवल्या होत्या. देशोदेशींच्या राजेराण्यांनी, सत्ताधीशांनी आणि श्रीमंत चाहत्यांनी त्यांच्या जादूच्या प्रयोगांवर खूष होऊन दिलेल्या वस्तूंनीही एक मोठी शोकेस भरली होती. मोठमोठ्या व्यक्तींबरोबर काढलेली छायाचित्रेही भिंतीवर झळकत होती.

बंगल्याच्या दुसऱ्या भागात त्यांनी जादूचे विद्यालय काढले होते. तरुण मुलांना ते जादूचे शास्त्रशुद्ध शिक्षण देत. हातचलाखीचे खेळ, पत्त्यांची जादू, दृष्टिभ्रमाचे खेळ, रिकाम्या डब्यातून कबूतर काढणे, रुमालाचा ससा करणे, जीभ कापून परत जोडणे, दोरीच्या गाठी सोडवणे, असे निरनिराळे प्रयोग ते शिकवीत.

अमर तर त्यांचाच मुलगा. वडिलांनी मिळविलेल्या निरनिराळ्या भेटवस्तू बघून त्याला वाटे, आपणही जादूगार व्हायचे. वडिलांप्रमाणे जगभर जादूचे प्रयोग करायचे. कीर्ती मिळवायची.

"प्रो. अमर सरकार यांचे जादूचे अफलातून प्रयोग..."

"प्रो. अमर सरकार यांचे अद्भूत मायाजाल... इंद्रजाल...." असे जाहिरातींचे फलक सर्वत्र लागले आहेत, असे त्याच्या स्वप्नात दिसे.

त्याला बरेच जादूचे प्रयोग करता येत.

पण त्याचे वडील अखिलचंद्र त्याला म्हणत, "अजून तुझं ज्ञान अर्धवट आहे. अजून एक वर्षभर जादूमधले बारकावे आत्मसात कर. नंतर तू जादूविद्येत प्रवीण होशील. त्यानंतर स्वतंत्र प्रयोग कर. आताच घाई करू नकोस."

पण अमरला वाटे, एवढे कशाला थांबायला हवे? आपण आताच प्रयोग करायला हवेत. जगातला सर्वांत छोटा पण सगळ्यात मोठा जादूगार, असे लोक म्हणतील. मोठी मजा येईल.

एके दिवशी त्याच्या वडिलांनी इतर सगळे शिष्य निघून गेल्यावर अमरला जादूतला एक खास प्रयोग दाखवला... एक विशेष मंत्र शिकवला... एक डबीतली मंतरलेली राख दाखविली. अमरला त्या प्रयोगाची खूपच गंमत वाटली.

त्या राखेतली एक चिमूटभर राख त्याने एका पुडीत बांधून खिशात घातली.

प्रो. अखिल सरकार म्हणाले, "अरे, ही राख तुला कशाला हवी?"

अमर म्हणाला, "मंतरलेली राख खिशात आहे या कल्पनेनंच किती छान वाटतंय! असू द्या ना ती माझ्याजवळ."

"अमर ती जवळ ठेव हवी तर! पण अजून तुझं ज्ञान अर्धवट आहे, हे लक्षात ठेव. जादूमध्ये अर्धवट ज्ञान असून भागत नाही. तुझं शिक्षण पूर्ण होईपर्यंत थांब.

"होशील रे बाळ तू जादूगार माझ्यासारखा. माझ्यापेक्षाही मोठा!" त्याच्या पाठीवर हलकेच हात फिरवत प्रो. अखिलचंद्र म्हणाले.

"बाबा, आज आता प्रफुल्लचंद्रांकडे वाढदिवसाच्या पार्टीला जायचंय ना?"

"हे बघ, तू नीघ हवं तर. मी प्रयोगाळेत जाऊन येतो. पाच-दहा मिनिटं लागतील मला."

"मग मी निघतो. प्रफुल्लचं घर काय, या कोपऱ्यावर तर आहे."

"ठीक आहे. तू नीघ, मी येतोच आहे तुझ्या पाठोपाठ."

अमर निघाला...

शंभू-दीडशे पावले चालून जातो न जातो, तो एका कुत्र्याचे ओरडणे त्याच्या कानावर पडले.

एक आडदांड माणूस पांढऱ्याशुभ्र मऊ मऊ अंगाच्या छोट्या कुत्र्याला छडीने मारत होता, साखळीने ओढत होता; पण कुत्रा चालायला तयार नव्हता. हा एवढा मोठा पैलवान अन् हा इतका छोटा कुत्रा!

अमरला त्या पैलवानाचा रागच आला.

त्याने डोळे वटारून पैलवानाकडे बघितले, "अहो, कशाला मारताय बिचाऱ्याला?"

पण पैलवानाचे अमरकडे लक्षच नव्हते.

अमरचा राग आणखीनच वाढला.

त्याच्या ओठांची थरथर सुरू झाली.

"अटकमटक फेरफटक जादूमंतर छू...
ये वेताळा लौकर लौकर आज्ञा देतो मी

हा तर मोठा दुष्ट मल्ल हा, बनवी कुत्रा याला
कुत्रा बेटा अगदीच छोटा करी मल्ल तू त्याला
या दुष्टाला हवीच शिक्षा छळतो मूक प्राण्याला
अदलबदल कर अन् जन्माची घडव अद्दल त्याला
अटकमटक फेरफटक जादूमंतर छू....''

खिशातल्या पुडीतील थोडीशी राख हातावर घेऊन, ती त्याने त्या दुष्ट पैलवानाच्या दिशेने फुंकर टाकून उडविली. डोळे मिटले आणि आपल्या जादूच्या देवतेचे ध्यान केले. समोर बघितले.

कुत्रा आणि पैलवान यांची जोडी समोर होतीच.

आपला मंत्र लागू पडला की नाही, अमरला काहीच कळेना. तो पैलवानाजवळ जाऊ लागला. तर पैलवान ओरडू लागला, ''भो...भो...भुक...''

अमर एकदम खूष झाला. कुत्र्याचा पैलवान झालेला दिसतोय. म्हणून हा भो भो

करतोय... चांगली अद्दल घडली हरामखोराला....

"अरे, कुत्र्याचा हा पैलवान झाला खरा... पण त्याचं भुंकणं कायमचं राहिलं. आपल्या मंत्रात काहीतरी घोळ दिसतोय. याने माणसासारखे नको का बोलायला? जादूगारांनी अर्धवटच मंत्र शिकवला की काय?" असे अनेक विचार त्याच्या मनात येऊन गेले.

तेवढ्यात जादूगार प्रो. अखिलचंद्र सरकारच तिथे आले.

"काय रे अमर, अजून तू इथंच? रस्त्यात असा उभा का?"

"बाबा, बाबा तो पैलवान बघा! तो कुत्रा बघा. कशी अद्दल घडवलीय त्याला. कुत्र्याला तो मारत होता ना!"

"काहीतरीच तुझं आपलं!" म्हणून ते कुत्र्याजवळ जायला लागले; तर एकदम पुरुषी आवाज आला. "ए चल फूट! माझ्या वाटेला जाऊ नकोस." प्रो. सरकार

एकदम दचकून मागेच सरले.

"बाबा हा खरा कुत्रा नाही. हा पैलवान आहे."

अमर म्हणाला. पण त्यांचे लक्ष होते कुठे?

"कोण पैलवान खारसिंग? नमस्कार नमस्कार.

"तालमीत चाललाय वाटतं?" त्यांनी पैलवानाच्या पुढे हात करीत म्हटले.

"भो...भो...."

त्यांनी हस्तांदोलनासाठी पुढे केलेला हात एकदम मागे घेतला. अमरचे बोलणे आता कुठे त्यांच्या ध्यानात आले.

"अमर....कार्ट्या....तुझाच उद्योग दिसतोय हा!

"बाबा... तो खरा पैलवान त्या बिचाऱ्या कुत्र्याला मारत होता हो! दुष्ट कुठला!"

"म्हणून तू त्या पैलवानाला कुत्रा बनवलंस?"

"पैलवान खारसिंग, थांब तिथंच तू!" असं म्हणत प्रो. सरकार यांनी खिशातल्या डबीतली जराशी राख तळहातावर घेऊन त्या पैलवानाच्या दिशेने तिला फुंकर मारली. तोंडाने काही मंत्र म्हटले.

पैलवानाचा पुन्हा कुत्रा झाला. कुत्र्याचा पुन्हा पैलवान.

"माफ करा जादूगार महाराज, मी चुकलोच. आता कुत्र्याला- मूक प्राण्याला मी पुन्हा मारणार नाही. चांगलाच धडा मिळाला मला. "पैलवान खारसिंग प्रो. सरकार यांच्यापुढे वाकत म्हणाला.

"आणि बाबा, मलादेखील चांगलाच धडा मिळाला."

अमर म्हणाला, "अर्धवट ज्ञान काही कामाचं नाही....माझा जादूचा अभ्यास पूर्ण झाल्याशिवाय मी असा उपद्व्याप करणार नाही.... तुम्ही भरभर शिकवा मला."

तो कुत्रा अमरचे पाय चाटू लागला, तेव्हा अमरने त्याला थोपटून म्हटले, "अन् तूदेखील पैलवानाचं ऐकत जा रे! नाही तर तुला आता मी बेडूक करीन हं!"

◆

राजीव

जादूगार सरकार यांच्या जादूच्या प्रयोगांवर सारे लोक खूष असत. मुठीतून कबूतर काढणे, पेटाऱ्यातील मुलीचे दोन तुकडे करणे, मोकळ्या टोपलीतून मिठाई काढणे, वगैरे त्यांचे प्रयोग बघताना अंगावर रोमांच उभे राहत.

ते प्रयोग शिकायला हवेत; जादूगार व्हायला हवे, असे राजीवला वाटले.

प्रयोग संपल्यावर तो रंगमंचाच्या मागच्या दरवाजाने सरळ आत शिरला. जादूगार सरकार यांच्यापुढे उभा राहिला. "सर तुमचे प्रयोग मला फार आवडले. तुम्ही आज तर अगदी कमालच केली. हात-पाय बांधून घेऊन स्वतःला तुम्ही त्या पेटाऱ्यात कोंडून घेतले, वर भले मोठे कुलूप लावायला सांगितले, त्या वेळी माझ्या छातीत अगदी धडधडत होते. तुम्ही त्या पेटाऱ्यात गुदमरून मरणार, असे वाटले. अंगावर शहारे आले... पण एका मिनिटाच्या आत तुम्ही ताठ उभे. पेटाऱ्यातून बाहेर. माझा स्वतःचा डोळ्यांवर विश्वासच बसेना. चमत्कार! महान चमत्कार!"

"अरे बाळ, त्यात चमत्कार नाहीच काही. ती एक चलाखी आहे." जादूगार सरकार हसत हसत म्हणाले. "पण तुला हा प्रयोग आवडला हे ऐकून मला आनंद होतो. नाव काय म्हणालास तुझे?"

"राजीव..." आणि त्याच ओघात तो पुढे म्हणाला,

"मला जादू शिकायची आहे. तुम्ही शिकवाल?"

"हो शिकवीन की; त्यात काय विशेष! ... पण मला एक सांग, जादू शिकल्यावर तू काय करशील?"

"तुमच्यासारखे प्रयोग करीन... पैसे मिळवीन....देशोदेशी भटकेन. लोकांना मंत्रमुग्ध करीन. लोकांना सुखी करीन...मीही मोठा होईन. निवडणुकीत निवडून येईन. खासदार होईन. जमले तर पंतप्रधानही होईन. देशावर राज्य करीन." राजीव स्वप्नांचे इमले उभे करीत होता.

"अरे वा! तू तर भलताच तल्लख दिसतोस! नुसत्या कल्पनेने किती लांबलांब झेपावतोस! छान! पण काय रे, या तुझ्या कल्पना खऱ्या झाल्या तर तू मला काय देशील?" जादूगार सरकार यांनी विचारले. तेवढ्यात जादूगार सरकार यांच्या एका

सेवकाने सरबताचे ग्लास आणले. त्यातील एक ग्लास राजीवने घेऊन म्हटले,

"मी राज्याचा स्वामी झालो तरी तुम्हाला विसरणार नाही. तुम्ही मागाल ते देईन. मी आज गरीब आहे. श्रीमंत झाल्यावरही माझ्यासारख्या गरिबांना विसरणार नाही. तुम्ही तर माझे गुरू. तुम्ही काही मागितले तर नाही कसे म्हणेन?" सरबताचा घोट घेत राजीव शब्दांची कसरत करीत राहिला.

आणि काय आश्चर्य?

अल्पावधीतच राजीवचे नशीब फळफळले.

जादूचे त्याचे प्रयोग इतके विलक्षण होत, की सारे लोक त्याच्यावर फिदा झाले. त्याच्या प्रयोगांना गर्दी होऊ लागली. श्रीमंत, उद्योगपती, कारखानदार, मंत्री, सरकारी अधिकारी, पुढारी, नटनट्या त्याच्या प्रयोगाला मुद्दाम येऊ लागले. त्या सर्वांशी त्याच्या ओळखीपाळखी झाल्या.

कारखानदारांनी त्याला आपल्या कंपन्यांमध्ये संचालक करून घेतले. सरकारी अधिकारी व मंत्री त्याला आग्रह करून नव्या कारखान्यांचे परवाने देऊ लागले.

नटनट्या त्याला आपल्या परदेश दौऱ्यात किंवा सहली-सफरीत बरोबर घेऊन जाऊ लागल्या. त्याची लोकप्रियता आणि त्याची कीर्ती वाढू लागली.

त्याला काही मंत्र्यांनी निवडणुकीत उभे राहण्याची गळ घातली. तो सगळ्या प्रतिस्पर्ध्यांची डिपॉझिट जप्त करून निवडून आला. मतपेटीचा जादूगार म्हणून त्याचा वृत्तपत्रांनी उदोउदो केला. आश्चर्य हे, की त्याची पक्षनेतेपदी निवडही झाली आणि तो पंतप्रधानही बनला. जनता त्याच्या जादूच्या प्रयोगांमुळे मंत्रमुग्ध झालेली होती. दर्शनासाठी लाखोंच्या संख्येने गोळा होत होती. त्याचा जयजयकार करीत होती. त्याच्याभोवती बड्याबड्या व्यक्ती रुंजी घालत होत्या. देशा-परदेशातील मान्यवर व्यक्ती त्याच्या सेवेसाठी वाटेल ते करायला तयार होत्या.

त्याच्या या वैभवाची आणि मोठेपणाची हकिगत जादूगार सरकार यांच्या कानावर येत होती. जादूगार सरकार यांच्या जादूच्या प्रयोगांना आता गर्दी होत नव्हती. सगळे जण राजीवच्या प्रयोगांवर तुटून पडत होते. आपल्याला आता गाशा गुंडाळावा लागणार म्हणून जादूगार सरकार अगदी हवालदिल झाले होते.

त्यांना अचानक आठवले, राजीवने आपल्याला वचन दिले होते की, 'मी राज्याचा स्वामी झालो तरी आपल्याला विसरणार नाही. तुम्ही मागाल ते देईन. मी आज गरीब आहे. श्रीमंत झाल्यावरही गरिबांना विसरणार नाही.'

ते राजीवचे शब्द आठवून जादूगार सरकार आपली पांढरी दाढी कुरवाळीत राजीवच्या दरबाराकडे निघाले.

आधी जादूगार सरकार यांना कोणी आतच जाऊ देईना. तेवढ्यात राजीवचे एक सल्लागार बाहेर आले. त्यांनी जादूगार सरकार यांना ओळखले. "अरे, तुम्ही इकडे कुठे?"

त्यांनी चौकशी केली. हे तर पंतप्रधान राजीवचे जादू विद्येतील गुरू हे त्यांना माहीत होते. त्यांनी आदेश दिल्यावर जादूगार सरकार यांना आत सोडण्यात आले.

काही तासांच्या प्रतीक्षेनंतर जादूगार सरकार यांना भेटण्यासाठी राजीवने बोलविले.

जुने कपडे, वाढलेली पांढरी दाढी... हा कोण म्हातारा?

याला कशासाठी आपल्या दरबारात हजर केलेय? राजीवला प्रश्न पडणे साहजिकच होते. जादूगार सरकार यांनी मुद्दामच गरीब म्हाताऱ्याचा वेष घेतला होता. आपली ओळख पटू नये अशा चलाखीने वेषांतर केले होते.

“बोला, काय काम आहे?” आपल्या हातातील ग्लासमधून सरबताचा एक घोट घेत राजीवने विचारले.

“महाराज, मी गरीब आहे. म्हतारा आहे. मला मदत हवी. पोटापाण्याला काही मिळाले तर-?”

“तुला आत कोणी सोडले?” रागाने राजीवने म्हटले, “येथे माझ्याकडे येऊन रस्त्यावरचा प्रत्येक भिकारी जर पोटापाण्यासाठी मदत मागू लागला, तर मला दुसरा उद्योगच उरणार नाही. तुझ्यासारख्या प्रत्येक गरिबाला मी मदत देत राहिलो तर माझे हे सिंहासनही उरणार नाही-”

“ते उरणार नाहीच महाराज.” त्या म्हाताऱ्याच्या तोंडचे हे शब्द एखाद्या अणकुचीदार बाणासारखे राजीवच्या कानावर पडले. “तुझ्या हातातल्या ग्लासाइतकेच मी म्हणतोय ते सत्य आहे.”

त्या शब्दांमध्ये असा काही जबरदस्त जोर होता की, राजीवच्या हातातला तो सरबताचा ग्लास सुळ्कन निसटला आणि जमिनीवर आदळला. खाली गालिचा असूनही त्याचे तुकडे तुकडे झाले.

“मला ओळखले नाहीस का राजीव?” आपल्याकडे बघणाऱ्या राजीवला जादूगार सरकार यांनी मंद हसत विचारले,

“अरे, मी जादूगार सरकार. तू तर मला वचन दिले होतेस- तुम्ही मागाल ते देईन म्हणून. स्वतःच्या गरिबीचाही तुला विसर पडला? स्वतःच्या भूतकाळाचाही तुला विसर पडला? या मायावी दुनियेत तू इतका रंगलास?”

राजीवने खडबडून जाग आल्यासारखे समोर बघितले. रंगमंचाच्या पडद्याआड आपण उभे आहोत, समोर जादूगार सरकार उभे आहेत.

“अरे मी कुठे आहे? माझे सिंहासन कुठे गेले?”

“अरे, जादूचे प्रयोग संपल्यावर प्रयोग आवडला म्हणून सांगायला तर तू आलास, शिकायचीय ना तुला जादू?”

“हो ना! पण ते पंतप्रधानपद?....”

“चार वर्षं झाल्यासारखं वाटतंय ना तुला? भ्रम होतो असा कधी कधी. चार वर्षांचा काळही कसा चार सेकंदांसारखा जातो; पण दिलेलं वचन न पाळणं हे सर्वांत वाईट.”

अशी चूक झालीच कशी आपल्या हातून? की तो सगळा मनाचा खेळ होता?

जादूगार सरकार यांचा निरोप घेऊन रंगमंचावरून बाहेर पडतानाही राजीवच्या मनातला गोंधळ सरलेला नव्हता.

◆

जादूगार सरकार

"अरे बच्चू, जरा गाडी थांबव. इथं अंजिरं मस्त मिळतात." ड्रायव्हिंग सीटवर बसलेल्या बच्चूच्या पाठीवर हात ठेवून, जादूगार प्रो. विचित्र सरकार यांनी गाडी थांबवायला सांगितले.

खेड-शिवापूर हा भाग अंजिरांसाठी खास प्रसिद्ध. 'सातारला जादूच्या प्रयोगासाठी जाताय तर येताना खेड-शिवापूरची अंजिरं आणा,' असे त्यांना त्यांच्या लाडक्या मिनुटलीने पुन्हा पुन्हा बजावून सांगितले होते. अंजिरं न घेता घरी गेलो तर तिचा चेहरा कसा हिरमुसला अन् रडवेला होईल याची कल्पनाही करायला प्रो. सरकार घाबरत होते.

बच्चू हा त्यांचा ड्रायव्हर-कम-असिस्टंट. जादूच्या प्रयोगात तो त्यांना मदत करी. अनेक छोटे प्रयोग स्वतःही करून दाखवी. प्रो. सरकार यांच्या तालमीत त्यांचा हा बच्चाही जादू विद्येत आणि हातचलाखीचे प्रयोग करण्यात तयार होत होता. सातारचा प्रयोग आटोपून प्रो. सरकार हे आता परत पुण्याला निघाले होते.

त्यांची गाडी पुढे उभी राहताच अंजिरं विकायला बसलेला छोट्या एकदम दचकलाच. कारण प्रो. सरकार यांच्या गाडीवर एक कवटी, तिच्या बाजूला दोन हाडके वगैरेंची चित्रे काढलेली होती आणि मोठ्या अक्षरात जगप्रसिद्ध जादूगार प्रो. सरकार असे रंगवलेले होते.

"काय रे बाळ. कसे दिलेस अंजीर?" प्रो. सरकार रस्त्याच्या कडेला बसलेल्या छोट्यापुढे उभे राहून म्हणाले.

सकाळची वेळ असल्याने इतर अंजीरविक्रेते अजून आलेले नव्हते. एकटा छोट्याच तेवढा पाटीभर अंजीर घेऊन आला होता. तोही खरे म्हणजे अंजीर विकायला कधी येत नसे; पण आज बाबा शेतावर जाणार होते आणि शाळेला रविवारची सुटी होती म्हणून आईने त्याला अंजिरांची पाटी देऊन पिटाळले होते. तो नको नकोच करत होता म्हणून त्याला त्याच्या 'आवडत्या घोड्यावरून जा हवं तर' असं तिनं सुचवलं. तेव्हा कुठे पठ्ठ्या अंजीर विकायला तयार झाला होता. एरवी तो आईला थोडीच दाद देतो!

"सोळा रुपये किलो-" भाव सांगताना छोट्या जादूगार यांच्या उंच भारदस्त रुबाबदार आकृतीकडे बघत होता.

"बघा साहेब, किती टपोरी, मोठ्ठी फळं आहेत ती! आणि चव तर अशी गोड आहे; अगदी साखरच. बघा जरा टेस्ट करून."

एक अंजीर उकलून दाखवत त्यातील लालचुटूक भागाकडे लक्ष वेधत छोट्याने ते नमुन्याचे अंजीर जादूगार सरकार यांच्या हातात ठेवले. विक्रेत्याचे सगळे कौशल्य त्याने बाबांकडून उचलले होते.

त्याची टेस्ट घेत जादूगार सरकार म्हणाले, "वा छान! ही सगळी पाटीच दे मला. किती किलो माल होईल?"

एकदम पाटीच खपतेय् म्हटल्यावर छोट्या खूष! लगेच आपण घरी जायला मोकळे! छान!

"सात किलो आहेत साहेब. एकशेबारा रुपये होतात. एकशे दहाच द्या म्हणजे झाले."

"शाब्बास! मोठा हुशार पोरगा आहेस तू!" खिशातून नोटा काढत जादूगार सरकार म्हणाले, "माझ्या जादूच्या प्रयोगात काम करायला येतोस का? तुला जादूगार बनवतो बघ."

"खरंच? खरंच, तुम्ही मला जादूगार बनवाल?"

छोट्याचा स्वतःच्या कानावर विश्वासच बसेना.

"अगदी खरं... मी जादूगार सरकार... सगळ्या जगभर माझे जादूचे प्रयोग होतात... तुलाही जगभर फिरायला मिळेल..."

छोट्याने दहा दहाच्या अकरा नोटा नीट मोजून घेतल्या. "माझं नाव छोट्या... मी सातवीत आहे. जरा मोठा झाल्यावर तुमच्याकडं येईन. मग शिकवाल मला जादू?"

"हो तर! हे बघ माझं कार्ड- हा पत्ता."

"साहेब, एक विचारू का?... तुम्ही रिकाम्या हॅटमधून कबुतरं काढता; तोंडातून

लांबच लांब रिबन काढून दाखवता; खायला देता; एका मुलीचे करवतीने दोन तुकडे करून पुन्हा जोडून दाखवता... हे कसं हो सारं करता?'' छोट्याने आपल्या मनातल्या शंका बोलून दाखवल्या.

''अरे, ते तर आमचे सिक्रेट आहे. ते तुला आता नाही सांगणार. तू मोठा हो, माझ्याकडे ये. मग तुला सगळ्या ट्रिक सांगतो बघ.'' छोट्याचा हात हातात घेत प्रा. सरकार म्हणाले.

''पण का हो? तुम्ही जे दाखवता ते सगळं खोटंच असतं? नजरबंदी हातचलाखीचंच असतं? की...''

हे बघ छोट्या; ही सगळी गंमत असते. तुला आताच सगळं कळायचं नाही. पण मी वाटेल ती वस्तू लहान-मोठी करू शकतो- बदलू शकतो. चेंडूचं कबूतर करतो... कागदाचा ससा करतो...''

''पण साहेब, हे कसं शक्य आहे?'' छोट्याचा विश्वास बसत नव्हता. तोपर्यंत बच्चूनं अंजिरं गाडीत ठेवून, रिकामी पाटी छोट्यापुढे आणून ठेवली. त्याबरोबर छोट्याच्या डोक्यात एक कल्पना आली, एकदम तो उत्साहानं म्हणाला, ''साहेब-साहेब, हा बघा आमचा घोडा चेतक. हो, राणा प्रतापचा घोडा होता ना चेतक - तेच नाव मी दिलंय त्याला. या घोड्याचं मांजर बनवू शकाल तुम्ही?''

जादूगार सरकार यांनी आपले भेदक डोळे छोटूवर रोखले. मग त्यांनी त्याच्या मागेच उभ्या असलेल्या घोड्याकडे बघितले. छोट्या एवढा लहान मुलगा. त्याला निराश करायचं, फसवायचं त्यांच्या जिवावर आलं.

"हो! बनवू शकतो ना! पण तुझे घरचे लोक काय म्हणतील?"

"त्यांना कुठं कळेल? घोड्याचं आधी मांजर बनवा. मग परत त्याला घोडा बनवा." छोट्यानं चुटकी वाजवत म्हटलं.

"आता मांजर... लगेच घोडा. कुणालाही कळणार नाही."

"असं म्हणतोस? ठीक आहे. मग करू या घोड्याचं मांजर?" जादूगार सरकार यांनी पुन्हा विचारले.

"बेलाशक." छोट्याने मोठ्या आवाजात उत्तर दिले.

जादूगार सरकार यांनी आपल्या काळ्या झग्यातून एक भिंग काढले; ते भिंग छोट्याला दाखवून म्हटले, "हे बघ. हे भिंग कोठलीही गोष्ट छोटी करू शकते. कुणालाही लघुरूप देते. या भिंगातून मी तुझ्या घोड्याकडे बघून, त्याला मांजराएवढे करीन. मग जादूचा मंत्र म्हणून त्याचे मांजर बनवीन. चालेल?"

अजून छोट्याला हा सारा प्रकार म्हणजे एक चेष्टाच वाटत होती. घोड्याचं मांजर? शक्य तरी आहे का? एकदम बंडल. बकवास. पण तो म्हणाला, ''वा! चालेल तर!''

जादूगार सरकार यांनी ते भिंग डोळ्यांपुढे धरले. घोडा मांजराएवढा दिसू लागेपर्यंत त्या भिंगामधील कळ ते फिरवत राहिले. दुर्बिणीसारखेच भिंग होते ते! आणि छोट्याचा आपल्या डोळ्यांवर विश्वासच बसेना. समोर घोड्याच्या ठिकाणी चक्क एक मांजर उभे होते. काळे-पांढरे पट्टे असलेले, झुपकेदार मिशांचे. म्यॉंव म्यॉंव.... करीत छोट्याकडे टक लावून बघणारे.

''अहो बाबा... सगळाच घोटाळा झालाय-'' बच्चू धावत धावत जादूगार सरकार यांच्याकडे ओरडत आला.

जादूगार सरकारनी आपल्या ड्रायव्हर कम असिस्टंटला म्हटले, ''सगळाच घोटाळा झालाय!''

''कसला घोटाळा?''

''अहो बाबा, आपले हे भिंग लघुरूप देणारे आहे. पण पुन्हा, मूळचे मोठे रूप देणारे बृहत्‌दर्शक भिंग तर दुरुस्तीसाठी मुंबईला पाठवलेले आहे ना! मग या मांजराला परत घोड्याचे रूप कसे देणार?''

"बापरे!" जादूगार सरकारनी डोक्यावर हात मारून म्हटले, "माझ्या लक्षातच नव्हते की! ते भिंग मुंबईहून आल्याशिवाय या मांजराचा परत घोडा होणार कसा?"

छोट्या त्या मांजराला मोठ्या अलगदपणे आपल्या पोटाशी धरून कुरवाळत होत; पण जादूगार सरकार यांचे बोलणे कानावर पडल्यावर मात्र त्याच्याही अंगाला कापरे भरले. मांजराचा पुन्हा घोडा होणार नाही? मांजरच राहणार? बापरे! आई-बाबा काय म्हणतील? त्याना आपण काय सांगणार? त्यांचा विश्वास तरी बसणार का या प्रकारावर?... सगळाच गोंधळ.

पण जादूगार सरकार साऱ्या जगाचे पाणी चाखून आलेले. अनेक अडीअडचणीच्या प्रसंगांतून तावूनसुलाखून निघालेले. ते थोडेच डगमगणार? छोट्याच्या पाठीवरून हात फिरवत ते म्हणाले,

"छोट्या, लेका, थोडासा घोटाळा झालाय् खरा; पण डरो मत. मी पुण्याला गेल्याबरोबर स्पेशल टॅक्सीने ते बृहत्दर्शक भिंग मागवून घेतो. संध्याकाळपर्यंत तुझा घोडा तुला पुन्हा होता तसा मिळेल. तोपर्यंत मात्र तुला धीर धरावा लागेल...."

"पण मी आईला काय सांगणार? घरी गेल्याबरोबर ती घोडा कुठाय असं विचारणार; तिला काय उत्तर देणार?"

छोट्याने आपल्याला सर्वांत जास्त भेडसावणारा प्रश्न सांगितला.

"डोन्ट वरी माय बॉय." जादूगार सरकार गोड हसत छोटूचा हात आपल्या हातात घेऊन, मांजरावरून हलकेच हात फिरवत म्हणाले, "तुला मोठा जादूगार व्हायचंय् ना? मग अंगात जरा चलाखी हवीच. हे बघ; तू आता सरळ घरी जा. दिवसभर या गबदुल बोक्याशी खेळ. त्याला दूध पाज. आईला सांग, घोडा बाहेर चरतोय किंवा आणखी काहीतरी... थापा मारणे खरं म्हणजे बरं नाही. पण आईचा विश्वास बसेल, असं काहीतरी सांग. आलं लक्षात? संध्याकाळ व्हायच्या आत तुझ्या या बोक्याचं परत घोड्यात रूपांतर होईल, बोका गायब; चेतक हजर... आलं लक्षात? घाबरू नको. मी निघतो आता."

आता जादूगार सरकार आपल्या गाडीत बसले. गाडी बघता बघता दिसेनाशी झाली.

आपल्या कपाळावरचा घाम पुसत, छोट्याने रिकाम्या टोपलीत आपल्या या गबदुल बोक्याला ठेवले. टोपली सरळ डोक्यावर ठेवली आणि घराची वाट धरली.

...घरी पोचला तेव्हा सकाळचे दहाच वाजलेले होते. "अरे, एवढ्या लवकर परत आलास? कार्ट्या-मेल्या तुझं लक्षणच खोटं... एवढेसे अंजीर विकायला पाठवले, पण तेवढंही होईना व्हयरे तुझ्यानं. थांब... तुझं कंबरडंच मोडते."

आईने त्याच्या डोक्यावरची टोपली बघूनच त्याच्यावर सरबत्ती सुरू केली.

"अग आए... हे पैसे घे. सगळे अंजीर विकून आलोय् बघ. एकाच गिऱ्हाइकानं सगळी पाटी घेऊन टाकली. दुसरं कुणी अंजीरवालं अजून आलंबी न्हाई."

मग कुठं आईचा आवाज खाली आला. तिने नोटा मोजून घेतल्या. एकशे दहा रुपये. ती गेली असती तरी सात किलो अंजिराचे एवढे पैसे आले नसते. सोळा रुपये भाव सांगितला तरी गिऱ्हाईक बारा-तेरा म्हणतंच. घासाघीस होतेच. "शानं ग माजं लेकरू." म्हणत तिनं कानावरनं बोटं कडाकड मोडली.

"ये... भूक लागली असल माझ्या सोन्याला" म्हणत मग छोट्याला तिनं स्वयंपाकघरात नेलं. कपभर दूध दिलं. भाकरीचा तुकडा दिला.

एकशे दहा रुपये मोजायच्या नादात घोडा कुठाय हे विचारायचं भानच तिला राहिलं नाही.

एका बशीत थोडं दूध टाकून छोट्यानं ती बशी बोक्यापुढे धरली. बोका चुटचुट करत दूध पिऊ लागला. आईनं घोडा कुठाय हे विचारलं नाही म्हणून छोट्याचा जीवही भांड्यात पडला.

दूध पिऊन, भाकरी खाऊन छोट्यानं आईला ओरडून म्हटलं, "आए, मी गोट्याबरूबर खेळाय जातुया गं. उशीर व्हइल...."

आणि आईनं काही सांगायच्या आताच पठ्ठ्यानं धूम ठोकली. घोड्याचं तिच्या लक्षात येऊ नये म्हणून त्याची सगळी धावपळ!

गोट्याला आपला बोका दाखवताना छोट्याचा रुबाब काही विचारूच नका!

"कुठनं आणलास रं?...." छोट्याला एकदा वाटलं की गोट्याला सगळं सांगून टाकावं. चेतक घोड्याचंच हे मांजर जादूनं बनलंय म्हणून. पण गोट्याला ते खरं वाटणार नाही, अशी त्याला पक्की खात्री होती. उगाच चेष्टामस्करी करणार.

बोक्याशी खेळताना त्याचे इतरही दोस्त रंगले.

"अरे, हा बोका दिसतोय मोठा बेरका! मागच्या पायानं लाथ मारतोय् की! काय लाथ लागतेय् म्हणतोय् अगदी घोड्यावानी!" शाम्यानं आपला पाय चोळत म्हटलं.

छोट्याला वाटलं, सांगावं का याला? चेतक घोडा आपल्या मागच्या उजवीकडच्या पायानं लाथ अशी सणसणीत मारायचा का कुणी त्याच्याजवळ जायला धजायचंच नाही. बोका झालाय तरी त्याची सवय गेलेली दिसत नाही.

दुपारी जेवायला छोट्या घरी गेला. त्या वेळी आई गेली होती शेतावर, बाबांसाठी भाकर घेऊन. त्याच्या ताईनंच त्याला वाढलं. छोट्याच्या मनावरचं दडपण आणखी कमी झालं. घोडा कुठाय् या प्रश्नाचं उत्तर द्यायचं म्हणजे काहीतरी खोटं बोलावं लागणार. आणि खोटं बोलणं वाईट हे त्याला पक्कं पटलेलं. त्यामुळे खोटं बोलायचं टळलं म्हणून त्याला हलकं हलकं वाटलं.

ताईनं त्याला भाकरी-पिठलं वाढलं. छोट्यानं तिला म्हटलं -"ए जरासं दूध दे ना गं या बोक्याला."

तेव्हा कुठं छोट्याच्या मांडीवर बसलेल्या बोक्याकडं ताईचं लक्ष गेलं. "ये छोट्या हे कुठनं आणलंस रे बाबा."

"आहे आमची आपली गंमत." तिला वाकुल्या दाखवत छोट्यानं म्हटलं. ताईनं दूध दिलं. ती ताटली त्यानं बोक्यापुढे ठेवली. बोक्यानं मटमट करीत ती ताटली रिकामी केली. आपल्या मिशांनी आपलं तोंड साफ केलं.

जेवण झाल्यावर परत बोक्याला घेऊन छोट्या दोस्तांच्या घरी गेला. बोक्यावर सारे खूष. अन् बोकाही मोठा हुशार. मागच्या दोन पायांवर उभा राहून खी खी करायचा. पोरांना मजा वाटायची. मध्येच खोलीभर फेरी मारून यायचा. तेवढ्यात एका कोपऱ्यात त्याला एक उंदीर दिसला. अशा शिताफीने बोक्याने त्याच्यावर झडप घातली की सारे बघतच राहिले.

"शी! मेला बोका त्या उंदराला खातोय" असं म्हणत चिंगी तर तिथून एकदम पळूनच गेली.

उन्हं उतरायला लागली. आई घरी परत आली असेल. बाबाही येतील. तोपर्यंत जादूगार सरकार यांचं बृहत्दर्शक भिंग पुण्याला आलेलं असेल. पुण्यात राहूनच ते त्या बोक्याचं पुन्हा घोड्यात रूपांतर करणार होते. आपण लक्ष ठेवायला हवं असे विचार मनात घोळवत छोट्या घरी आला.

बोका त्याचे पाय चाटू लागला.

"भूक लागली वाटतं पुन्हा तुला! तो उंदीर खाल्लास ना लेका. तरी तू अजून उपाशीच!" असं म्हणत छोट्या स्वयंपाकाच्या खोलीत शिरला. आई पीठ मळत होती.

छोट्याच्या हातातल्या बोक्याकडं बघून तिनं विचारलं "हे कुठनं आणलंस रे?"

"आहे असंच....पण त्याला दूध दे ना गं!"

आईनं कौतुकानं बघत त्याच्यापुढं दुधाची ताटली ठेवली. तेवढ्यात बाबा आल्याचा आवाज आला. म्हणून आई पुढच्या दाराशी गेली.

आणि दूध पिता पिताच बोक्याचा चक्क घोडा झाला. वरचं दुधाचं शिंकाळं खाली कोसळलं. त्यातली दुधा-दह्याची मडकी खाली पडून फुटली.

कसला आवाज झाला म्हणून आई-बाबा धावत आत आले.

"अरं, ह्यो घोडा सैपाकाच्या खोलीत कसा घुसला? मागं परसात बांधून ठिवायचा न्हाय व्हय?" करत बाबांनी त्याचा लगाम धरला. त्याला बाहेर परसात नेलं. खुंटीला बांधलं.

"या घोड्याला झालंय तरी काय शिंकं तुटलं की माझं! दूध-दहीबी सांडलं... एक बरं झालं, लोणी दुपारच्याला विकून टाकलं. नाहीतर त्येबी गेलं असतं." आई स्वतःशी पुटपुटत होती.

इकडे छोट्याचं ऊर धडधडत होतं.

बघता बघता त्याच्या डोळ्यासमोरचं मांजर गायब झालं होतं, अन् तिथं घोडा उभा राहिला होता. त्यानं स्वतःलाच चिमटा घेतला. खाली सांडलेल्या दूध-दह्याकडं बघितलं.

हे असं घडू शकतं? त्याचा स्वतःवरच विश्वास बसत नव्हता.

तो परसात गेला. घोड्याला तिथं खुंटीला बांधून ठेवलेलं होतं. चाऱ्याची पेंडी त्याच्यापुढं टाकलेली होती; ती तो खात होता.

छोट्यानं त्याच्या मानेवरून हात फिरवला. "म्यॉंव म्यॉंव."

छोट्याने दचकून बघितलं. बोका परत आला की काय? पण छे! बोका कुठंच दिसत नव्हता. त्यानं परत घोड्याकडं बघितलं.

"म्यॉंव म्यॉंब...." पुन्हा आवाज आला, "अरे, ह्या घोड्याला म्यॉंव म्यॉंव म्हणायची काही तासातच सवय लागली की काय?" म्हणत छोट्यानं तोंडाचा चंबू केला.

◆

मधुमुरली

खूपखूप वर्षांपूर्वीची गोष्ट.

एका छोट्याशा खेडेगावात एक गरीब कुटुंब राहत होते. त्या कुटुंबात फक्त दोनच माणसे होती. ती म्हणजे मुरली आणि त्याची आई. मुरलीचे वय असेल सोळा-सतरा वर्षांचे. तरी तो रुबाबदार दिसायचा. सारे अवयव प्रमाणबद्ध आणि घोटीव... व्यायामाने पिळदार झालेले. वडील बालपणीच त्याला सोडून गेल्याने त्याच्या आईनेच त्याचा प्रतिपाळ केला होता. ती गावातील सावकाराकडे भांडी घासत असे, धुणे धुत असे, दळणकांडणही करीत असे. आता मुरलीही तिला मदत करू लागला होता. तो लोकांकडे कामे करण्यास जाई आणि मातेला मदत करी. येईल त्या अल्पस्वल्प मजुरीत आनंदाने काळ कंठत असे. स्वस्ताई खूप होती. मजुरी कमी, खर्चही कमी.

असे दिवस चालले होते. काळाची पावले क्षणाक्षणाला थोडीथोडी पुढे सरकत होती.

एके दिवशी काय झाले...?

सूर्य मावळायची वेळ होती. आकाशात सूर्य तापलेल्या लोखंडाच्या गोळ्याप्रमाणे

पश्चिमेला तळपणारी सूर्यकिरणे सौम्य होऊ लागली होती. झाडांची पाने सळसळ करीत होती, वारा हळूहळू वाहत होता. अशा रम्य वेळी मुरली ही निसर्गशोभा पाहत एका टेकडीवर बसला होता. गावाबाहेर होती ती टेकडी! दिवसभराचा शीण घालवायचे ते एकमेव विश्रांतिस्थान होते. तिथला मंद वारा दिवसभराचा शीण चुटकीसरशी पळवून लावत असे आणि मन उल्हसित करीत असे.

मुरली त्या दिवशी खूप दमला होता. दिवसभर सावकाराकडे साफसफाई केल्यामुळे अंग आंबून गेले होते. सावकाराने सुट्टी देताच तो घरी गेला. विहिरीवर अंघोळ करून तो शीण घालविण्यासाठी गावाबाहेरील टेकडीवर जाऊन बसला. तेथे आल्याबरोबरच त्याचे दिवसभरातील श्रम कोठल्या कोठे पळून गेले. तो उत्साहाने त्या टेकडीभोवतीचा परिसर आधाशी नजरेने पाहत होता.

इतक्यात काय झाले?

त्याच्या कानात कुठूनतरी शब्द शिरले ''हे राम, हे राम!''

मुरलीला आश्चर्य वाटले. त्याने सभोवार पाहिले; पण त्याला कोणी दिसले नाही. 'मग...? कोणी बरे उच्चारले हे शब्द? कोण आहे तो? काय झाले त्याला?' असे एक ना अनेक प्रश्न त्याच्यासमोर उभे राहिले, त्याची जिज्ञासा जागृत झाली. त्याने टेकडीवरून खाली नजर फेकली. तो काय दिसले त्याला?

खाली टेकडीच्या पायथ्याशी एक लाल कफनी घातलेला बैरागी काट्याकुट्यात पडला होता. तो उभा राहण्याची खटपट करीत होता. मुरलीला ते दृश्य पाहून वाईट वाटले. त्याने बैराग्याला मदत करून बाहेर काढायचे ठरवले. प्रत्येक प्राण्यावर दया करणे, हा आपला धर्म आहे, दुःखी कष्टी माणसाला मदत करणे हे आपले कर्तव्य आहे, याची जाणीव त्याला होती. त्या जाणिवेचा नंदादीप त्याच्या हृदयमंदिरात तेवत होता. त्यामुळे त्याने वरूनच जोराने म्हटले, 'बैरागीबुवा, आलोच बरं का मी! थांब थोडा वेळ!' आणि ताबडतोब तो टेकडीवरून पळत पळत खाली आला. तेथून रक्तप्रवाह थांबविणारा व जखमा भरणारा औषधी पाला घेतला. झाडाच्या फांद्यांना दूर सारीत, लहानमोठ्या खड्ड्यातून मार्ग काढीत तो बैराग्याजवळ जाऊन पोहोचला. त्या वेळी त्याच्या पायात काटे गेले. पायातून रक्ताची धार वाहू लागली. पण त्याला काटे काढायला वेळ कोठे होता?

त्याने बैराग्याला हात दिला. आपल्या खांद्यावर घेतले व त्याला आल्या वाटेनेच मार्ग काढीत टेकडीच्या पायथ्याशी येऊन पोहोचला. बैराग्याला खांद्यावरून खाली उतरवले. पायांना तो पाला लावत लावत मृदू स्वरात विचारले, "बैरागीबुवा, कसे हो पडला तुम्ही खाली? फार लागले तर नाही ना तुम्हाला?"

"बाळ, टेकडीवर बसलो होतो मी! किती छान वाटते तिथे. पण माझ्या मनःचक्षूंसमोर ही टेकडी किती उंच असेल, असे प्रश्नचिन्ह उभे राहिले. त्यामुळे त्या टेकडीची उंची पाहण्यासाठीच मी खाली डोकवून पाहत असता माझ्या पायाखालचा दगड निसटला. माझा तोल गेला आणि मी खाली पडलो. परंतु सुदैवाने फारसे काही लागले नाही मला! पडल्यानंतर थोड्याच वेळाने माझी शुद्ध हरपली. मी किती वेळ बेशुद्ध होतो ते माझे मलाच ठाऊक नाही. शुद्धीवर आल्यावर 'हेऽ राम'

असे शब्द माझ्या मुखातून बाहेर पडले. माझे नशीब सिकंदर म्हणून तू ते ऐकलेस, आणि माझी सुटका केलीस. तू फार चांगला मुलगा आहेस."

मुरली उद्गारला, "ते माझे कर्तव्यच होते. माणसाने माणसालाच काय पण परमेश्वराने निर्माण केलेल्या प्रत्येक प्राण्याला मदत करायला नको का?"

"शाबास! शहाणा मुलगा आहेस तू! आणि भाग्यवानदेखील आहेस बेटा तू. मी तुझ्यावर खूष आहे. तुला एक वस्तू देणार आहे मी भेट म्हणून!" त्या बैराग्याने पाठीवर बांधलेल्या झोळीतून एक बासरी काढीत म्हटले, "ही पाहा, हीच ती भेट!"

त्या बैराग्याने ती बासरी मुरलीच्या हाती दिली.

"पण या बासरीचा उपयोग काय?" मुरलीने ती बासरी न्याहाळत म्हटले. नेहमीसारखीच साधी बासरी होती ती.

“बेटा, ही बासरी फार मोलाची आहे. कारण ही बासरी जादूची आहे जादूची. ही वाजवली की समोर असतील ती माणसे नाचायला लागतील. हिचे नाव मी ठेवलेय मधुमुरली.”

मुरलीला ते बोलणे ऐकून नवल वाटले, त्याला ते खरेच वाटेना! तो उद्‌गारला “जादूची आहे ही बासरी? खरंच सांगताय् तुम्ही?”

“खरंच म्हणजे? ही बासरी मला माझ्या गुरुदेवांनी दिली ती का उगीच? तू आज मला वाचवलेस म्हणून ही बासरी देतोय तुला भेट म्हणून!” तो बैरागी त्याच्या पाठीवरून हात फिरवित म्हणाला,

“वा! वा!” मुरलीला खूप आनंद झाला होता. काटे गेल्यामुळे दुखणाऱ्या पायांचाही त्याला विसर पडला.

“आणि बाळ, तुझे कल्याण होईल. अकलेने वागलास तर लवकरच तुझा भाग्योदय होईल. तुझे जन्माचे दारिद्र्य नष्ट होईल.”

मुरलीने बैराग्यापुढे लोटांगण घातले. “आशीर्वाद द्या मला.” असे कृतज्ञतापूर्वक म्हटले.

“जा- आशीर्वाद आहे तुला माझा. तुझ्यासारखी परोपकारी व निष्पाप मुले मला आवडतात.” त्या बैराग्याने मुरलीच्या डोक्यावरून हात फिरवला.

मुरलीने त्या बैराग्याला पुन्हा नमस्कार केला. तो घराकडे वळला. घरी पोहोचला त्या वेळी सात वाजले होते सायंकाळचे!

घरी गेल्यावर त्याने आईला म्हटले, ''आई, ही पहा गं बासरी! किती छान आहे ही. वाजवली की समोर असलेला माणूस नाचायला लागतो म्हणे. आणि ही बासरी जादूची आहे जादूची. आणि हिचे नावही म्हणे मधुमुरली आहे.''

''अस्सं का!'' मुरलीची आई तोंडात बोटे घालत म्हणाली.

''हं!''

''पण मुरली, ती कुठून रे आणलीस?'' आईने विचारले.

''मला किनई एका म्हाताऱ्या बैरागीबुवांनी दिली भेट म्हणून!'' मुरलीने आईला सांगितले.

''भेट म्हणून, का बरे? तू काय काम केलेस त्याचे? बरा तुला बैरागी प्रसन्न झाला.''

मुरलीने तिला सर्व हकिगत सांगितली. ''आई, खरंच का गं आपण भाग्यवान आहोत? खरंच का गं आपला भाग्योदय होणार आहे?''

''चल, कुठले आपले भाग्य नि कुठले काय! आपण गरीब आहोत. गरिबीतच सुखासमाधानाने जगू!'' मुरलीच्या आईने शांतपणे म्हटले. तरीही मुरलीने त्या 'अमोल भेटी'ला हृदयाशी कवटाळले. तिला हळुवारपणे कुरवाळले.

दुसऱ्याच दिवशीची गोष्ट-

मुरली अतिशय आनंदात होता. कारण म्हाताऱ्या बैराग्याने दिलेली जादूची बासरी वाजविताच शेजारचा गणू नाचायला लागला होता. आणि बासरी वाजविण्याचे थांबवताच गणू नाचायचा थांबला होता. जादूच्या बासरीची ही अद्भुत प्रचिती पाहून मुरली स्वतःच नाचायला लागला होता. दुसरे म्हणजे उद्या तो चंद्रनगरीला जाणार होता. चंद्रनगरीला जाण्याची त्याने आईकडे परवानगी मागितली. आईने 'जा' म्हटले. त्यामुळे चंद्रनगरीचे भव्यदिव्य वैभव आपणास पाहायला मिळणार, या विचाराने तो खुषीत होता. त्याचा चेहरा चंद्राप्रमाणे प्रसन्न भासत होता.

रात्री अंथरुणावर पडल्या पडल्या तो हीच सुखस्वप्ने मनात घोळवीत होता. उद्याचा विचार करीत होता. ''काय काय करायचे उद्या... काय काय बघायचे... कोणाकोणाला भेटायचे... कसे बोलायचे... नाना विचार मनात येत होते. विचार करताकरताच त्याला झोप लागली. निद्रादेवीने त्याला थोपटत थोपटत स्वप्नराज्यात नेले.

पण पहाटेच्या वेळी तो दचकून जागा झाला. त्याने तोंडावरून हात फिरवून पाहिले, नाक ओढून पाहिले, त्याला दरदरून घाम सुटला होता. छातीचे ठोके जलद

पडत होते. तो घाबरला होता. आपण कशामुळे दचकून जागे झालो, ते त्याचे त्यालाच कळले नाही क्षणभर! थोड्या वेळानंतर तो भानावर आला. त्याला सगळा प्रसंग आठवला. म्हणजे आपण स्वप्न तर पाहिले नव्हते ना? हो... स्वप्नच असावे ते. विलक्षण स्वप्न! आपण एका तळ्याच्या काठी बसलो होतो, नव्हे– त्या तलावात उडी मारणार होतो, कारण?

कारण आपले नाक लांब झाले होते. त्यामुळे लोक आपल्याकडे पाहून हसत होते, बोट दाखवत होते. लहान मुलांचा घोळका चिडवत दगड मारीत होता. त्यांतीलच एकाने मारलेला एक खडा आपल्या पाठीवर बसला आणि त्यामुळेच आपण दचकून जागे झालो. सारे सारे त्याच्या डोळ्यांसमोर घडले होते.

इतक्यात पहाटेचा कोंबडा आरवला. झुंजूमुंजू झाले. पहाटेचा गार वारा झुळझुळत होता. अरे, आज चंद्रनगरीला जायचे आहे ना! स्वप्नातील तो प्रसंग त्याला वाकुल्या

दाखवित होता. पण तो शुराचा बच्चा होता. ''अशा स्वप्नाला तू घाबरतोस?'' तो स्वतःशीच उद्गारला, ''धिक्कार असो तुझा! ते स्वप्न ते काय आणि त्यामुळे तुला दरदरून घाम सुटतो काय? सारेच विचित्र!''

तो उठला, त्याने आवराआवर केली. देवाची प्रार्थना केली. ''देवराया, आज मी चंद्रनगरीला जात आहे. कृपा करून माझा प्रवास सुरळीत पार पडू दे!''

त्याच्या आईने त्याला चटणी व भाकरी बांधून दिली. जादूची बासरीही बरोबर घेऊन आईच्या पाया पडून तो निघाला.

थोड्या वेळाने सूर्य उगवला. तो भरभर चंद्रनगरीचा मार्ग आक्रमू लागला. ते स्वप्न आता तो विसरला होता. चंद्रनगरीत काय काय मजा असेल याचीच चित्रे तो मनातल्या मनात रंगवत होता.

चालता चालता दुपार झाली. बारा वाजायचा सुमार, सूर्य सरळ डोक्यावर दिसत होता. सूर्याच्या तप्त किरणांनी अंगाची लाही लाही होत होती. मुरलीच्या अंगातून

घामाच्या धारा वाहू लागल्या. तशात तो अनवाणी! त्यामुळे त्याच्या पायांना चटके बसू लागले. त्याला एकही पाऊल पुढे टाकवेना. त्यामुळे त्याने तेथेच थांबायचे ठरवले. एक चांगलेसे झाड पाहून त्या झाडाखाली तो सावलीत बसला.

त्याला एक कापडविक्या दिसला. त्याच्या पाठीवर एक भली मोठी कापडाची गाठ होती आणि ती वाहून तो दमला होता. त्याच्याही अंगातून घामाच्या धारा निथळत होत्या. दमल्यामुळे त्याचा श्वासोच्छ्वासही जोराने चालू होता. तोही त्या झाडाच्या सावलीत विसावला.

त्या कापडविक्याला पाहताच मुरलीच्या मनात विचार आला; आपण चंद्रनगरीसारख्या मोठ्या नगरात जाणार. पण आपल्या अंगावर धड कपडे नाहीत. अशा फाटलेल्या मळक्या कपड्यांना लोक हसतील. आपली चेष्टा करतील. आपल्याला हाकलून देतील.

आपण या कापडविक्याकडून काही कपडे घेतले तर किती छान होईल!

या विचाराने तो कापडविक्याजवळ गेला. त्याला नमस्कार करून विनवणीच्या

सुरात म्हणाला, ''अरे बाबा, मला चंद्रनगरीला जायचे आहे. तेव्हा तू मला कपडे दिलेस तर बरे होईल.''

त्या कापडविक्याने मुरलीचे बोलणे ऐकताच, घाम पुसत विचारले,''कपडे देतो मी तुला; पण पैसे आहेत का तुझ्याजवळ?''

मुरलीजवळ पैसे कुठे होते? त्याने नकारार्थी मान हलवित म्हटले,

''पैसे तर नाहीत आता मजजवळ! पण मी नंतर देईन तुमचे सगळे पैसे. चंद्रनगरीत मी ही बासरी वाजवून लोकांना खूष करीन. मला खूप पैसे मिळतील. तुमचे पैसे नक्की देईन.''

परंतु या अनोळखी तरुणाच्या बोलण्यावर कापडविक्याचा विश्वास कसा बसणार?

मुरलीजवळ पैसे नाहीत हे पाहताच त्याचे माथे भडकले. तो रागावून म्हणाला, ''जवळ पैसे नाहीत. मग कपडे मागायला तुला लाज वाटत नाही का? म्हणे कापडे द्या. नंतर पैसे देईन. चांगलाच चलाख दिसतोस की!''

''अरे ए, पण रागवायला काय झालं तुला? नीट बोलता येत नाही होय? मी

खरोखर चंद्रनगरीला गेल्यावर देऊन टाकीन तुझे पैसे!''

''वारे चोरा!''कापडविक्या मुरलीचे बोलणे ऐकून त्याला वेडावून दाखवत म्हणाला, 'म्हणे चंद्रनगरीला गेल्यावर पैसे देईन!' एकदा तोंड काळे केल्यावर थोडाच येणार आहेस पैसे द्यायला परत? लबाड कुठला!''

कापडविक्याने आपणाला असे बोलावे याचे मुरलीला वाईट वाटले. इतक्यात त्याला बासरीची आठवण झाली. त्याबरोबर त्याने 'मधुमुरली' काढली. कापडविक्याला ती दाखवीत म्हटले, ''ही पाहा, ही जादूची बासरी आहे जादूची! ही वाजवली तर तू अंगात आल्याप्रमाणे नाचू लागशील! मुकट्याने कपडे दिलेस तर ठीक; नाहीतर दाखवतोच तुला या बासरीचा प्रताप!''

''अरे, जारे, पोरा!'' तो कापडविक्या तुच्छतेने म्हणाला. ''मला देतोस होय धमकी? तुझ्यापेक्षा पंधरा-वीस पावसाळे जास्त बघितले आहेत मी. आहे तुला ठाऊक? मला धमकी देतोस काय? जा! चालू लाग. जास्त गडबड केलीस तर बघ. फुकट कपडे द्यायला हा का तुझ्या बा–.''

''ए, वटवट बंद कर! जास्त बोललास तर याद राख! थांब. दाखवितोच तुला

बासरीचा प्रताप! तुझ्यासारखी पोकळ बडबड करीत नाही मी.''

एवढे बोलून मुरलीने बासरी वाजविणे सुरू केले.

तो काय चमत्कार?

कापडविक्या लागला नाचायला! तशात त्याच्या पाठीवर कापडाची ती भलीमोठी गाठ! तीही लागली त्याच्या पाठीवर उड्या मारायला! त्याबरोबर कापडविक्याचे अवसान गोठले! काही क्षणातच तो पार दमला. कसाबसा धापा टाकत म्हणाला, ''अरे, ए राजा, थांबव तुझी बासरी! तुला हवेत तेवढे कपडे देतो मी. पण हे नाचणे थांबव. धड उभं राहण्याचं त्राण नाही माझ्यात.''

मुरलीला तेच पाहिजे होते. त्याने तोंडातून बासरी काढली. गाठीतून त्याच्या मापाचे कपडे काढून कापडविक्याने त्याला दिले.

''माणसाने नीट विचारलं तर सरळ उत्तर द्यावं. एकदम संतापू नये! देवाने तोंड दिलेय चांगले, तर त्याचा चांगला उपयोग करावा, इतरांच्या बोलण्यालाही थोडी किंमत द्यावी, हेटाळणी करू नये कुणाची. मी तुझ्या कपड्याचे पैसे केव्हातरी नक्कीच देईन तुला. बुडविणार नाही तुझे पैसे.''

तेव्हा कापडविक्या म्हणाला, ''अरे बाबा, आता तुला दिले ना कपडे? जमेल तेव्हा दे पैसे मला. पण आता असा त्रागा करू नकोस. आता आपण मित्र झालो. दुपार झालीय. मला भूक लागलीय. तुलाही भूक लागलेली असणारच. सकाळपासून पायपीट चाललीय. बस. आपण थोडा फराळ करू या!'' कापडविक्याने जवळची भाकरीची पिशवी काढली. मुरलीनेही आईने दिलेली चटणी-भाकरी काढली. दोघांनी मग पोटभर जेवण केलं. कापडविक्याला मुरलीची चटणीभाकरी इतकी गोड लागली, की त्याने ती सगळीच फस्त करून टाकली.

त्यानंतर आपल्याजवळची मिठाई त्याने मुरलीला दिली. पाणी दिले. विश्रांती घेऊन मुरली पुन्हा चंद्रनगरीच्या वाटेने चालू लागला.

वाटेने जाताना मुरली खुषीत होता. इतका की त्याच्या मनाचे पाखरू कल्पनानभात स्वैर विहरत होते. 'मधुमुरली'चा प्रताप पाहून त्याच्या अंगावर मूठभर मांस चढले होते. त्याने तिला आपल्या हृदयाशी कवटाळले.

''माझी लाडकी मुरली.'' म्हणत तो तिला कुरवाळू लागला.

चंद्रनगरीत वेळ पडली तर मुरलीचा प्रताप दाखवून आपण लोकांना चकीत करू.

हिचा खेळ बघून लोक आपल्याला नक्कीच मदत करतील. आपल्याला मग काही कमी पडणार नाही, असे विचार मनात घोळवत तो भराभर चालत होता. संध्याकाळ कधी झाली ते त्याला कळलेच नाही. सूर्य मावळल्यावर अंधार पसरला, तेव्हा तो भानावर आला.

काळोखामुळे मुरलीला पुढची वाट नीटशी दिसेना. चंद्रनगरी किती दूर आहे याची त्याला काहीच कल्पना नव्हती. आता इथेच थांबायला हवे.

तोच त्याला एक माकडवाला दिसला. त्याच्याबरोबर त्याची तीन माकडे होती! अन् शिवाय पाठीवर धोपटी!

मुरलीने त्याच्याजवळ जाऊन विचारले, ''ए माकडवाल्या, चंद्रनगरी येथून किती लांब आहे रे?''

तो माकडवाला थोडा उर्मटच होता. त्याने मुरलीच्या प्रश्नाला उत्तर तर दिले नाहीच, पण विचित्र हातवारे करून मुरलीला वेडावणे मात्र सुरू केले.

त्यामुळे मुरलीला त्या माकडवाल्याचा थोडा राग आला. पण तो शांतपणे

म्हणाला, ''ए माकडवाल्या, मी चालून चालून दमलोय. किती लांब आहे अजून चंद्रनगरी?''

पण तरी तो माकडवाला हूं की चूं करीना!

हे पाहून मुरलीच्या रागाचा पारा चढला. माकडवाल्याची माकडे 'चीं चीं' करीत एकमेकांना चिमटे घेत होती. माकडवाल्याच्या हातातली काठी ओढत होती. मुरलीने पुन्हा म्हटले, ''अरे बाबा, सांग ना किती लांब आहे इथून चंद्रनगरी.''

माकडवाला तरीही काही बोलेना.

तेव्हा मुरलीने मनात म्हटले, याची खोड मोडायलाच हवी. तो म्हणाला, ''थांब, तुझ्या उर्मटपणाचे फळ देतो तुला! माजला आहेस, नाही?'' आणि तो जोरजोराने बासरी वाजवू लागला.

तो काय महाराज?

माकडवाला लागला जोरजोराने नर्तन करायला! त्याला साथ द्यायला त्याची तीन माकडे बरोबर तर होतीच. शिवाय पाठीवरची धोपटीही होती. माकडे जोरजोराने ओरडू लागली, अन् माकडवाला तर इतका घाबरला की त्याच्या तोंडून शब्दही बाहेर

पडेना. तशातच गंमत म्हणजे त्याच्या धोपटीतून डमरू, बासरी या वस्तू खाली पडू लागल्या. तेवढ्यातच नागाची करंडीही भूमीला भेटती झाली! तिच्यातून नागोबांची स्वारी बाहेर पडणार, हे लक्षात आल्याबरोबर मुरलीने बासरी वाजविण्याचे बंद केले. घामाघूम झालेला माकडवाला नाचायचा थांबला. त्याने प्रथम नागाची करंडी नीट बंद करून धोपटीत टाकली.

मुरलीला नम्रपणे तो म्हणाला, ''महाराज, चंद्रनगरी येथून पाच कोसांवर आहे, आता निघालात तर पोहोचायला दाहा-बारा वाजतील रात्रीचे!''

माकडवाला वठणीवर आला हे पाहून मुरलीला आनंद झाला. तो माकडवाल्याला म्हणाला, ''माकडवाल्या, रागावू नकोस. माफ कर बाबा मला! उगाच तुला नाचवले इतके! विचारलेल्या प्रश्नाचं अगोदरच उत्तर दिलं असतंस, तर तुला असं केलं नसतं! जा, यापुढं नीट उत्तरं देत जा.''

आणि मुरली पुढे चालू लागला.

रात्र अंधारी होती खरी; पण मुरलीला अंधाराच्या सरावामुळे वाट नीट दिसत होती. दगडधोंडे चुकवत तो चालला होता. मुरलीच्या मनात अनेक विचार येत होते, 'रात्री दहा-बाराला चंद्रनगरीला गेल्यावर

तिथं जाणार कुणाकडे? झोपणार कुठे? करणार काय?' असे नाना प्रश्न त्याच्यापुढे उभे राहिले. त्याच्या मनात चलबिचल सुरू झाली.

तोच त्याला रस्त्याच्या उजव्या बाजूला एक मोठा तलाव दिसला. त्याच्या कडेला बाग होती. रंगीबेरंगी फुलांच्या कमानी होत्या. अन् तेथे झाडेही खूप होती! बसण्यासाठी बाकेही जागोजाग होती.

ती बाग आणि ते तळे बघून तो खूष झाला.

जिज्ञासेने तो तळ्याजवळ गेला. त्याने विचार केला. 'चंद्रनगरीला जाण्यापेक्षा आपण आज रात्री येथेच मुक्काम केला तर इथं बाकड्यावर झोपता येईल. आरामात सकाळी उठून निघून जाता येईल.' ही कल्पना सुचताच त्याला आनंद झाला. त्याने तेथेच रात्री झोपण्याचे ठरविले. एक चांगलेसे बाकडे पाहिले व ते स्वच्छ करून तो तेथे बसला. त्याला भूकही चांगलीच लागली होती. त्याच्या पोटात कावळे ओरडू लागले होते. झाडांना फळे वगैरे आहेत की काय हे पाहण्यासाठी त्याने वर पाहिले. तो

त्याला झाडावर कसल्याशा फळाचे घोस दिसले. त्याने एक घोस काढला. त्यातले एक फळ घेतले.

ते फळ आंब्यासारखे दिसत होते. त्याची चवही गोड होती. त्याचे चार-पाच फळे तोडली. ती खाल्ली. पोट भरल्यासारखे वाटले. पण त्याला झोप येईना!

निद्रादेवी काही प्रसन्न होईना!

खूप वेळ झाला. त्यानंतर मध्यरात्र झाली असावी. आकाशात तारेच तारे दिसत होते आणि त्याच वेळी त्याचे नाक ठणकू लागले. जोरजोराने दुखू लागले. नाकात आग होऊ लागली. काय करावे ते त्याला कळेना! तो नाक चोळू लागला.

नाकाला हात लावताच तो एकदम दचकला. त्याचे नाक चार-पाच इंच लांब झाले होते. ते पाहिल्याबरोबर मुरलीचे धाबे दणाणले. स्वप्न तर नाही ना हे, अशी शंका त्याला आली. त्याने आपल्याच हाताने जोराने गालावर एक थप्पड मारली. पुन्हा नाकाला हात लावला. नाक लांबलेलेच होते. तो भास नव्हता, ते स्वप्न नव्हते, तर

प्रत्यक्ष घडले होते. तो 'लांबनाक्या' झाला होता. असे कसे झाले? आता काय करायचे? तो हतबुद्ध झाला.

हा प्रकार पाहून मुरलीला आश्चर्याचा धक्का बसला, असे का झाले, ते त्याला कळेना!

इतक्यात त्याच्या मनात विचार आला, 'आपण काही भलेबुरे खाल्ले तर नाही ना?'

त्याला आठवले, 'होय! खाल्ली होती आपण फळे! याच झाडावरील, आंब्याच्या आकाराची गोल गोल फळे! मग? ती खाल्ल्याने तर नाही ना 'लांबनाक्या' झालो मी? त्यामुळेच झाले असेल आपले नाक लांब.'

हा विचार मनात येताच त्याला हायसे वाटले; पण क्षणभरच.

तितक्यात त्याला आपल्या स्वप्नाची आठवण झाली. पहाटे पडलेले स्वप्न आठवले, आपण 'लांबनाके' झालो होतो. आपले लांब नाक पाहून अनेक लोक

आपणास चिडवत होती. रस्त्याने चालताना आपल्या पाठीमागे मुलांचा घोळका लागला होता. तोच आपणास कोणाचा तरी खडा लागला आणि आपण एकदम जागे झालो. त्या वेळी आपणास दरदरून घाम सुटला होता, घशाला कोरड पडली होती, श्वासोच्छ्वास जलद होऊन नाडीचे ठोके जलद पडत होते.

ही दृश्ये त्याच्या डोळ्यांसमोर उभा राहिली. त्याच्या मनात अनेक विचार थैमान घालत होते. नाना प्रश्न उभे राहत होते- 'आई आपणास ओळखेल का? मोठी माणसे आपणास नावे ठेवतील का?, लोक 'लांबनाक्या रे लांबनाक्या' असे चिडवतील का?' असे विचार मनात आल्यावर तो अगदीच हादरला. 'असे त्रासण्यापेक्षा मेलेलं काय वाईट?' असा विचार त्याच्या मनात आला. आपण या तळ्यात जीव द्यावा, म्हणजे आपल्यामागचा ससेमिरा टळेल. या विचाराने तो तळ्याजवळ गेला, पण त्याला तळ्यात उडी मारण्याचे धैर्यच होईना! बोलणे सोपे असते पण ते कृतीत आणणे मात्र महाकठीण असते. पण आपण जिवंत राहून काय करणार? लोकांच्या छळाने जीव नकोसा होऊन मरण्यापेक्षा, आताच मेलेलं काय वाईट... आजच आपला नश्वर देह ईश्वरचरणी का अर्पण करू नये... हे सर्व त्याला पटत होते, पण त्याच्या हातून ते घडत नव्हते. त्याला जीवनाबद्दल उदासीनता वाटत होती. देवाची प्रार्थना करून, आईला प्रणाम करून तो तळ्यात उतरला, आणि त्याने चूळ भरली.

तो काय चमत्कार?

त्याचे लांब नाक लहान होता होता थोड्या वेळात ते पूर्ववत झाले! मरण्याचे

कारणच नष्ट झाले मग मरायचे कशाला? त्याने प्राणार्पणाचा बेत रद्द केला. तो पुन्हा पूर्वस्थळी येऊन बसला. डोक्यात विचारचक्र सुरू झाले. त्या झाडाची फळे खाल्ल्याने लांब झालेले नाक पूर्ववत झाले. या फळांचा आणि या तळ्यातल्या पाण्याचा हा प्रभाव दिसतो.

या आश्चर्यकारक प्रकाराचा आपण फायदा करून घ्यायला हवा, असे मनोराज्य करीत असतानाच त्याला झोप लागली.

दुसऱ्याच दिवशी–

चंद्रनगरीत एक योगिराज आले होते. डोक्यावर भलीमोठी जटा, तोंडावर नि अंगावर भस्माचे आडवे पट्टे. गळ्यात रुद्राक्षांच्या माळा. अंगात कफनी, हातात चिपळ्या आणि काखेत एक भलीमोठी गोणपाटाची झोळी, असा त्यांचा अवतार होता.

त्यांच्याजवळ एका प्रकारची अद्‌भुत फळे होती. ती फळे खाल्ली म्हणजे मनुष्याला सर्व पशुपक्ष्यांच्या भाषेचे ज्ञान होते आणि म्हातारपण दूर जाते, असे त्या योगिराजांचे म्हणणे होते.

म्हणून त्यांनी त्या फळांची किंमतही तशीच जबरदस्त ठेवली होती. एकेका फळाला म्हणे शंभर शंभर मोहरा! परंतु म्हातारपण वा मरण का कुणाला आवडते? प्रत्येकाची आपण अजरामर व्हावे इच्छा! त्यामुळे त्या फळांच्या प्राप्तीसाठी

योगिराजांच्या निवासस्थानी जहागीरदार, सरदार, सावकार आदी लोकांची भली मोठी रांग लागली. त्या सर्वांना केव्हा एकदा आपणास ती फळे मिळणार नि केव्हा आपण ती खाणार, असे होऊन गेले होते.

योगिराजांजवळ कोणी माणूस गेला की ते त्याला अगोदर अंगारा देत, फळांच्या किमतीएवढ्या मोहरा घेत व आपल्या काखेतील गोणपाटाच्या झोळीतून फळे काढून देत. ''हे पाहा, ही फळे विशिष्ट वेळीच खायला हवीत. ती वेळ चुकली तर मात्र फार मोठा घोटाळा होईल.''

''कोणती ती वेळ?''

''हे पहा, ही फळे साडेआठ ते पावणेनऊ वाजण्याच्या सुमाराच खायला हवीत, पावणेनऊच्या नंतर किंवा साडेआठच्या अगोदर खाल्ली तर तुम्ही अजरामर व्हायच्या ऐवजी 'लांबनाके' व्हाल. तुम्हाला लांब लांब नाके येतील, जर वेळेवर खाल्ली तर मात्र रात्री बारा वाजण्याच्या सुमारास तुम्हाला पशुपक्ष्यांच्या भाषेचे ज्ञान होईल. तुम्हाला तुमचे म्हातारपण दूर सारता येईल. नीट सावधगिरीने ही फळे द्या.'

ही बातमी चंद्रनगरीच्या राजेसाहेबांच्या कानावर गेली. तेव्हा त्यांनी त्या योगिराजांकडून पंधरा-वीस फळे आपल्या नोकरांना सांगून मागविली.

चंद्रनगरीतून हजारो मोहरा मिळवून योगिराज सायंकाळी चंद्रनगरीतून हिमालयात निघाले. चंद्रनगरीतून ते जसे निघाले तसे त्या तळ्याजवळ आले. तेथे त्यांनी आपल्या डोक्यावरील 'जटा' काढल्या. गळ्यातील रुद्राक्षांच्या माळा फेकल्या, अंगातील भगव्या कफनीला रजा दिली आणि मोहरांनी भरलेली ती गोणपाटाची झोळी खाली ठेवली. त्या तळ्यात बुडी मारून अंघोळ केली. आपले कपडे बदलले.

"अरे, हा तर आपला मुरली!"

त्यानंतर तो घरी गेला. त्याने आईला त्या मोहरा दाखवून घडलेली सर्व हकिगत सांगितली. ती संपत्ती त्यांना दीर्घ काळ सहज पुरली असती. पण त्यामुळे मुरलीच्या आईला आनंद न होता दुःखच झाले. लोकांची नाके लांब होण्याची कल्पना तिला आवडली नाही. तिने 'त्यांची नाके लवकरच पूर्ववत कर' असे मुरलीला म्हटले.

त्या वेळी चंद्रनगरीत काय चालले होते?

रात्रौ बारा वाजायचा सुमार!

'हिमालयातील योगिराजा'कडून घेतलेली फळे खाऊन सर्वजण जागत बसले होते. पण बाराचे ठोके पडतात न पडतात, तो काय चमत्कार?

सर्वांची नाके ठणकू लागली, नाकात आग आग होऊ लागली. सर्वांची नाके लांब लांब झाली. सर्व लोकांना एकच शंका वाटली. "आपण साडेआठच्या अगोदर किंवा

पावणेनऊच्या नंतर तर नाही ना फळे खाल्ली?'' नक्कीच आपली वेळ चुकली असणार.

त्या सर्वांकडून वैद्यांना ताबडतोब बोलवणी गेली. 'मध्यरात्री झाले काय तुम्हा सर्वांना' असे म्हणत चंद्रनगरीतील सारे वैद्य रोग्यांकडे गेले. अन् पाहतात तो काय? सर्वांना एकच रोग, एकाच प्रकारचा त्रास! सर्वांचीच नाके लांब लांब झालेली. या रोगावर कोणते औषध द्यावे, काय उपचार करावेत, हाच प्रश्न सगळ्यांना पडला. ते सगळे जण हताश झाले. निराश झाले.

चंद्रनगरीच्या राजेसाहेबांनाही आतोनात दुःख झाले. त्यांचे व त्यांच्या पत्नीचे– राणीसाहेबांचे– नाक लांब झालेच होते. त्यामुळे तिने रडून गोंधळ घातला होता. सगळ्याच लोकांना वाईट वाटत होते, पण काय करावे ते कोणालाच सुचत नव्हते.

राजेसाहेबांनी राज्यात दवंडी दिली. 'जो कोणी आमची लांब नाके पूर्ववत करील, त्याला दहा हजार मोहरा बक्षीस देऊ.'

मग काय विचारता?

शेकडो वैद्य व धन्वंन्तरी रोगनिवारणास्तव आले. त्यांनी आपापल्या परीने लांब नाके पूर्ववत करण्याचे प्रयत्न केले; पण यश मात्र येईना! मुसळाला पालवी

आणण्यापेक्षाही हे काम मोठे कठीण आहे असे म्हणत ते परत जाऊ लागले. चंद्रनगरीच्या भेटीला आलेल्या परदेशाच्या हकिमांनी इलाज केले; पण 'लांब नाका'पुढे त्यांना सपशेल माघार घ्यावी लागली.

असे काही दिवस गेले.

चंद्रनगरीत एक वैद्यराज अवतीर्ण झाले. त्यांच्याजवळ अनेक प्रकारची औषधे होती. एका फार मोठ्या बाटलीत एक प्रकारचा दिव्य रसही होता म्हणे.

एका श्रीमंत सावकाराच्या वाड्यात जाऊन वैद्यराजांनी म्हटले, "मी तुमचे नाक पूर्ववत करतो." त्या सावकाराने आनंदाने वैद्यराजांचे स्वागत केले.

वैद्यराजांनी एक वाटीभर दिव्यरस त्याला घ्यायला सांगितला. आश्चर्य असे की तो रस घेताच खरोखर त्याचे नाक पूर्ववत झाले. त्याने आपल्या ओळखीच्या सावकारांना निरोप पाठविले. हा दिव्यरस फारच थोडा आहे, त्यामुळे जास्त लोकांना देता देणार नाही, असे वैद्यराजांनी म्हटले. त्यामुळे त्या सावकारांनी वैद्यराजांना मोहरांच्या थैल्या दिल्या. वैद्यराजांनी दिव्यरस प्राशन करण्यासाठी दिला. त्यांची नाके लगेच पूर्वीप्रमाणे झाली. सारे जण खूष झाले. वाऱ्यासारखी ही बातमी पसरली. शेकडो 'लांबनाक्यां'ची त्या सावकाराच्या वाड्यापुढे रीघ लागली. त्या वैद्यराजांनी येणाऱ्या लांबनाक्यांकडून

चंद्रनगरीत धर्मशाळा, रुग्णालये, देवळे, विहिरी, उद्याने आदी लोकोपयोगी कामांसाठी देणग्या घेऊन, त्यांची लांबनाके पूर्ववत करण्याचे सत्र सुरू केले!

ही बातमी राजेसाहेबांना कळली. 'मोठ्या इतमामाने त्या वैद्यराजांना राजवाड्यात घेऊन या' असा आदेश त्यांनी सेनापतींना दिला. सेनापतींनी खास घोडागाडी पाठवून वैद्यराजांना राजवाड्यात आणले.

राजवाड्यात आल्यावर त्यांना उच्च आसनावर बसवले. 'माझे नाक पूर्ववत करा' असे म्हटले, त्या वेळी राणीसाहेबही तेथे बसल्या होत्या.

तेव्हा वैद्यराजांनी आपल्या झोळीतून एक मोठी बाटली काढली, तिच्यातील थोडा रस एका वाटीत काढून घेतला. ती वाटी राजेसाहेबांना देत म्हटले, "हा दिव्य रस प्राशन करावा."

राजेसाहेबांनी तो रस तत्काळ गट्ट करून टाकला, आणि काय आश्चर्य? थोड्या वेळातच त्यांचे नाक पूर्ववत झाले. त्यांचा स्वतःवर विश्वासच बसेना. पुनःपुन्हा ते नाक चाचपू लागले. राणीसाहेबांनीही तो दिव्य रस घेतला.

इतक्यात त्यांची उपवर कन्या माधुरी तेथे आली. तिने राजेसाहेबांकडे पाहिले, आश्चर्याने तोंडात बोट घालीत तिने म्हटले, "अय्या! बाबा, तुमचे नाक पूर्ववत झाले?"

राजेसाहेब म्हणाले, ‘‘राजकन्या माधुरी, या वैद्यराजांनी माझे नाक पूर्ववत केले. ते देतील तो दिव्यरस पी, म्हणजे तुझे नाकसुद्धा पूर्ववत होईल.’’

माधुरीने वैद्यराजांकडे रोखून पाहत विचारले, ‘‘आपण कोण? कुठून आलात?’’

वैद्यराजांनी तिच्या प्रश्नाचे उत्तर न देता तिला वाटीभर दिव्यरस प्यावयास दिला. तो प्राशन करताच माधुरीचे नाक पूर्ववत झाले! त्यामुळे तिला अतिशय आनंद झाला. तिने जिज्ञासेने पुन्हा विचारले.

‘‘आपण कोण? कुठून आलात?’’

ते ऐकल्याबरोबर त्या वैद्यराजांनी आपल्या डोक्यावरचे पागोटे काढले. खांद्यावरील उपरणे टाकले.

त्याबरोबर तेथे एक राजबिंडा तरुण राजकन्येला दिसला. हाच आपला कथानायक मुरली.

त्यानंतर त्याने आपली सर्व हकीगत राजेसाहेबांना सांगितली. लोकांची नाके लांब केल्याबद्दल क्षमा मागितली. नंतर मुरलीने देणग्यांची रक्कम योग्य विनियोगासाठी

राजेसाहेबांच्या हवाली केली.

मुरलीसारखा तेजस्वी तरुण पाहताच माधुरीची कळी खुलली. तिला मुरलीबद्दल अतिशय आपलेपणा व प्रेम वाटू लागले. तिने राजेसाहेबांजवळ मुरलीबद्दल बरीच जिज्ञासा प्रकट केली.

राणीसाहेबांनी तर मुरलीला पाहताच माधुरीचा विवाह त्याच्याशी लावण्याचे ठरविले. ती कल्पना त्यांनी राजेसाहेबांना सांगितली. राजेसाहेबांच्या मनातही तोच विचार आला होता. राजेसाहेब गुणी लोकांचे चाहते होते, त्यामुळे त्यांनी मुरलीच्या गरिबीकडे लक्ष दिले नाही. त्यांनी त्याबद्दल प्रधानाचा सल्ला घेतला. प्रधानानेही तो 'जोडा' उत्तम आहे असे म्हटले. राजज्योतिष्यांनी मुरलीचा हात पाहिला. याला राजयोग आहे असे म्हटले. तेव्हा सर्वांनीच या कल्पनेला संमती दिली.

शेवटी माधुरीला त्यांनी त्याबद्दल विचारले.ऐकल्याबरोबर ती इतकी लाजली की तिने एकदम आपल्या दासीच्या कुशीत आपले तोंड लपवले.

त्यानंतर त्या दोघांचा विवाह एका उत्तम मुहूर्तावर झाला.

मुरलीच्या आईला खूप आनंद झाला.

चंद्रनगरीत सर्वत्र रोषणाई करण्यात आली होती. त्यावेळी सगळी चंद्रनगरी आनंदसागरात बुडून गेली होती.

मुरलीच्या हातात पुढे राजेसाहेबांनी सर्व राज्यसूत्रे दिली, नंतर मुरली शहाणपणाने राज्यकारभार पाहू लागला. प्रजेच्या हिताची कामे करून तो प्रजेचा लाडका राजा झाला.

त्याने त्या बैराग्याने दिलेली 'मधुमुरली' जपून ठेवली आहे. कारण मधुमुरलीमुळेच 'माधुरी-मुरली', 'मधु-मुरली' यांचा जोडा जमला होता. त्या बैराग्याचा खूप शोध घेतला, पण तो बैरागी काही सापडला नाही.

तसेच त्याने वाटेत भेटलेल्या कापडविक्याचा शोध घेऊन आपल्या वचनाप्रमाणे त्याला खूप द्रव्य दिले.

अशा रीतीने शेवटी सारे गोड झाले. मंगल झाले. ज्याचा शेवट गोड, ते सारेच गोड; नाही का?

◆

मातीची भांडी

किती वर्षे झाली बरे या गोष्टीला?

खूप. शंभर? दोनशे? हजार? दोन हजार?

दोन हजार म्हणा ना हवं तर. एवढं मात्र लक्षात ठेवा, की त्या वेळी आजच्यासारखी स्टेनलेस स्टीलची भांडी स्वयंपाकघरात नसत. तांब्या-पितळेची भांडीही नसत. बहुतेक घरात मातीचीच भांडी असत. छोटी-मोठी मडकीच अन्न शिजवण्यासाठी सर्रास वापरली जात. लोक मातीच्या कटोरीने वा सुरईने पाणी पीत; मातीच्या मडक्यातच पाणी साठवत; मोठे कुटुंब असले तर रांजण वापरत. परंतु एकूण सगळीकडे मातीचीच मडकी दिसत. बायकांना स्वयंपाक करताना मातीच्या मडक्यांवरच अवलंबून राहावे लागे. लग्नात बायका आपल्याबरोबर मडकीही माहेरहून आणत.

साहजिकच मातीपासून मडकी, भांडी, रांजण बनवणाऱ्या कुंभारदादांना सगळीकडे मोठा भाव असे.

कुंभारदादांकडे निरनिराळ्या आकाराच्या मडक्यांसाठी लोकांची रीघ लागे.

आता बोलूनचालून ही मडकी मातीचीच. तेव्हा जरा कुठं धक्का लागला, हातातून

निसटलं तर ती फुटणारच. म्हणजे कुंभारदादाकडे पुन्हा मागणी होणारच. "अहो कुंभारदादा, नदीवर पाणी भरता भरताच माठ फुटला की हो! द्या लगेच मला माठ. नाहीतर घरी प्यायला पाणी मिळणार नाही." असं बायका ऐन वेळी येऊन सांगत आणि कुंभारदादाला अशा तातडीच्या अडीअडणीसाठी निरनिराळ्या आकाराच्या मातीच्या भांड्यांचा, माठांचा साठा ठेवावा लागे.

शिवापूर गावातला राणू कुंभार अगदी छानदार मडकी बनवायचा. त्याच्या बोटात जणू जादूच होती. सायीसारख्या मुलायम मातीचा चांगला भिजवलेला गोळा तो आपल्या चाकावर ठेवून, चाकाला गती द्यायचा आणि आपल्या लांबसडक बोटांनी त्या गोळ्याला असा चुचकारत जायचा की बघता बघता सुंदर सुरई, सुंदर माठ, सुंदर कटोरी तयार व्हायची. रसरसत्या लालभडक भट्टीत तो ती भांडी भाजायचा; छानदार रंगवायचा आणि त्या भांड्यांच्या राशीकडे मायेच्या ममतेने बघत राहायचा; बघता बघता हरखून जायचा. देवाचे नाव घ्यायचा- 'हे प्रभू, ही तुझीच सारी माया' आणि हात जोडायचा. कोणीही गिऱ्हाईक आले की ती मडकी विकायचा- अगदी स्वस्त दरात. खरे सांगायचे तर त्या राणू कुंभाराची मडकी अशी मस्त आणि टिकाऊ असत,

की सर्वांना ती हवीहवीशी वाटत; आणि त्यासाठी वाटेल ती किंमतही द्यायला लोक तयार असत; परंतु राणू नेहमी रास्त किंमतच घेई. खूप मागणी आहे म्हणून किंमत दुप्पट तिप्पट वाढवून मागत नसे. आपले फिरणारे चाक आणि हातातला लालभडक मातीचा मऊसूत गोळा म्हणजे त्याला देवाने दिलेला प्रसादच वाटे; या मातीतून नवे जग घडतेय, असे त्याला जाणवे. आपल्या त्या गरगर फिरणाऱ्या चाकावरून बघता बघता स्वतःचे खास आकार घेऊन तयार होणारी भांडी बघताना, त्यांना स्पर्श करताना आपल्या घरात जन्मलेल्या चिमण्या बाळाच्या नाजूक गोऱ्यापान अंगावरून हात फिरवल्यासारखा आनंद त्याला वाटे.

राणू मोठा देवभक्त होता. पहाटे उठून नदीवर आंघोळ करून शंकराच्या देवळात जायचा. शंकराची तल्लीन होऊन पूजा करायचा. एकदशीला कडकडीत उपास करायचा. देवळातून आल्यावर मातीचे आळे करायचा; त्यात हळूहळू पाणी ओतायचा आणि पायाने तुडवायचा. त्या वेळी 'ॐ नमः शिवाय'चा सारखा मनातल्या मनात जप चालू असायचा. मातीची भांडी तयार करणे म्हणजे जणू शंकराचीच पूजा आहे, असे तो मानायचा. त्याला राहून राहून एका गोष्टीचे मात्र मोठे दुःख वाटे. आपण केलेली मडकी ही काही काळाने फुटतात. कधी न तडा जाणारी, कायम टिकणारी मजबूत मडकी हवीत, असे त्याला वाटायचे. तो निरनिराळ्या प्रकारच्या मातीचे

मिश्रण करी, प्रयोग करी; पण न फुटणारी मडकी काही जमेनात. त्यामुळे कधी कधी त्याला अगदी निराश झाल्यासारखे वाटे. उदासवाणे वाटे.

एका महाशिवरात्रीला तो शिवमंदिरात रात्रभर बेलाची पाने वाहत बसला; 'ॐ नमः शिवाय' असा तोंडाने उच्चार चालू होताच; परंतु त्याचबरोबर तो शिवशंकराला प्रार्थना करीत होता, "हे प्रभो, कधी न फुटणारी, न तडकणारी मातीची भांडी बनवण्याची कला साधू दे. त्याची किमया मला साधू दे."

बेलफुले वाहता वाहता पहाटप्रहरी गार वाऱ्याची मंद लहर अंगावरून सळसळून गेल्यासारखे त्याला वाटले. त्या मंद लहरीबरोबर चित्त उल्हसित करणारा सुगंधही सगळीकडे दरवळत असल्याचे त्याला जाणवले. समोर प्रत्यक्ष शिवशंकर स्वतः उभे असल्याचे त्याला दिसले. ते विचारत होते, "खरंच वत्सा, मातीची कधी न फुटणारी, कधी न तडकणारी भांडी तुला बनवायची आहेत?"

"होय प्रभो, आजवर मी कितीतरी प्रयोग करून चुकलो आहे; परंतु मातीची माझी भांडी फुटतातच. आपल्या हातून बनणारी भांडी कधी न फुटणारी, कायम टिकणारी असावीत असं मला, वडिलांच्या हाताखाली त्या चाकाला पहिल्यांदा गती दिली तेव्हापासून वाटत आलंय."

"हे बघ राणू, तू माझा खरा भक्त आहेस. खूप वर्षं तू निस्सीम उपासना करतो आहेस. तुझी इच्छा पूर्ण करणं हे माझं कर्तव्यच आहे. तू बनवशील ती मातीची भांडी यापुढं फुटणार नाहीत; तडकणार नाहीत असा वर मी तुला देतो. पण वत्सा, एक

धोक्याची सूचना तुला देऊन ठेवतो, ती लक्षात ठेव. अरे, ही माणसं मोठी अजब असतात. त्यांना नेहमी नव्या गोष्टींची भूल पडते. न फुटणाऱ्या, न तुटणाऱ्या तुझ्या भांड्यांना ती कंटाळतील. आता आमचंच बघ ना! माणसाला बनवताना त्याला आम्हा देवासारखं अमर करणं आम्हाला काय शक्य नव्हतं? अरे, ती अगदी सोपी गोष्ट होती. पण आम्ही त्याला काळाचे बंधन घातले. त्याला म्हातारपण दिले. त्याला मरण दिले. जन्म आणि मृत्यू हे चक्र चालू राहिले पाहिजे, अशी त्याच्याबाबत व्यवस्था केली. नावीन्याची, नव्या गोष्टींची आस त्यांच्या मनात खोलवर रुजवली. तेव्हा तुझी न फुटणारी भांडी वापरून माणसं कंटाळतील. तुझ्याकडे येणं टाळतील.''

''हे प्रभो, तसं झालं तर मला चालेल.''

''अरे, पण तुझा धंदा कसा चालेल? आज वर्षात दोन-चारदा तरी मडकी फुटतात. त्यामुळे तुझ्याकडे लोक वरचेवर येतात. तुला धंदा मिळतो. उद्या न फुटणारी मडकी तू करू लागलास की वर्षानुवर्षं लोकांना नव्या भांड्यांची गरजच पडणार नाही. मग तुझ्याकडे येणार तरी कोण? गावातील सर्व घरी तुझी भांडी गेली की तुझं काय होणार? उपाशी मरशील तू!''

''प्रभो, तुम्ही म्हणता तसं होईलही कदाचित. मीही अमरपणाचा पट्टा घेऊन आलेलो नाही. कधीतरी मीही मरणारच; परंतु मला मात्र वाटतंय की शाश्वत टिकणारी, चिरकाल राहणारी वस्तू आपल्या हातून निर्माण व्हावी. इतर

कुंभारबांधवांना न साधलेली अशी काही किमया आपल्या हातून घडावी.''

''ठीक आहे वत्सा, जशी तुझी इच्छा. मी तुला हे भस्म देतोय. प्रत्येक वेळी नवीन आळे रचताना बोटाला हे भस्म लावत जा. तू केलेली मातीची भांडी मग कायम टिकणारी बनतील.''

इतका वेळ शिवशंकराच्या शेजारी निमूटपणे उभी असलेली आणि त्या दोघांचा संवाद ऐकण्यात गढून गेलेली पार्वती एकदम म्हणाली, ''महाराज, हा वर देऊन तुम्ही आपल्या या भक्ताला उपाशी मारणार आहात का?''

''नाही गं देवी, तसं काही होणार नाही. पण तू म्हणतेस, म्हणून आत्ताच या राणू कुंभाराला आणखी एक वर देऊन ठेवतो. जर उपासमार होऊ लागली किंवा अन्य अडचण वाटू लागली तर त्याच्या जवळचे हे भस्म संपून जाईल, आणि त्याची भांडी पुन्हा फुटूतुटू लागतील. आता तरी झालं तुझं समाधान?''

राणूकडे तोंड करून पुन्हा शिवशंकर म्हणाले, ''हे बघ, हा तुला जो वर मी दिलेला आहे तो तूर्त एक वर्षापुरताच आहे असे समज. त्यानंतर तुला वाटले की तो वर गैरसोयीचा नाही. त्यामुळे तुझे अहीत होत नाही तर मी तुला वर्षावर्षाने त्या वराची मुदत वाढवून देईन. न फुटणाऱ्या भांड्यांमुळे तुझा धंदाच बंद पडणार असे वाटले

किंवा इतर कुंभार तुझ्यावर नाराज झाले, तर मात्र तुला वर्षानंतर हा प्रयोग थांबवता येईल. चालेल ना?"

राणू कुंभार विचारात पडला. आपण एखादी चांगली गोष्ट करू लागलो तर त्यामुळे लोक आपल्याला दुवा देतील की आपल्यावर नाराज होतील? टिकाऊ भांडी दिल्याबद्दल आनंद मानतील की नावे ठेवतील? आणि आपल्या इत कुंभारबांधवांनी तरी तक्रार करायचे कारण काय? तेही प्रयत्नांनी कायम टिकणारी भांडी करण्याची सिद्धी मिळवू शकणार नाही, असे थोडेच आहे?

....देवळातील घंटानादाने राणू कुंभार एकदम दचकला. समोर शिवशंकर नव्हते, पार्वती नव्हती. बेलपत्रे वाहता वाहता आपल्याला डुलकी लागली असावी असे त्याला वाटले आणि एकदम लाजल्यासारखे झाले. परंतु त्याच्या हातात मात्र चिमूटभर भस्म होते. पांढरेशुभ्र. अगदी मुलायम चूर्ण.

देवळातून घरी परतल्यावर त्याने नेहमीप्रमाणे मातीचे आळे लावले. त्यात हळूहळू पाणी टाकत ते तुडवले. मातीतले खडे बाजूला केले. अगदी पीठ कालवल्यासारखे. मातीचा मऊसूत गोळा घेऊन चाकाला गती दिली. बोटाला ते भस्म जरासे चोळले आणि अलगद बोटे त्यावर ठेवून हवा तसा आकार द्यायला सुरुवात केली...

त्या दिवशीच्या त्याच्या सर्वच भांड्याना एक वेगळीच झिलई आली. त्यांच्या गुळगुळीत पृष्ठभागावरून बोटे फिरवताना त्याला आपला चेहराही त्यात दिसत होता. नंतर भट्टी लावून ती भांडी भाजून काढली. त्यातली एक सुरई रंगवण्यासाठी त्याने

हातात घेतली, पण ती त्याच्या हातातून सटकन् सटकली आणि एकदम खण्ण् आवाज करत जमिनीवर पडली. आता तिच्या ठिकऱ्या होणार या कल्पनेनेच राणूच्या हृदयात चर्रर झाले.

पण आश्चर्य असे, की ती सुरई जशीच्या तशी राहिली. खाली पडूनही ती फुटली नाही. राणू एकदम दचकला.

रात्रीचा देवळातला सगळा प्रकार त्याला आठवला. शिवशंकरांशी झालेले बोलणे आठवले. त्यांनी दिलेला वर आठवला. भस्म तर हातातच सापडले होते.

त्याने ती सुरई उचलली आणि मुद्दाम वर उचलून जोराने खाली टाकली. तरी ती फुटली नाही. राणूने दुसरा माठ घेतला आणि जरा वर उचलून खाली फेकला. तोही फुटला नाही. एक मडके उचलून समोरच्या भिंतीवर जोरात फेकले. भिंत हादरली. खुंटीवर टांगलेले कपडे खाली पडले, पण मडके जसेच्या तसे राहिले. परत राणूने एक छोटी कटोरी घेतली आणि छताकडे फेकली. छतावर आदळून ती खाली जमिनीवर पडली. खण्ण्कन आवाज झाला; पण कटोरीचा टवकाही उडाला नाही.

फेकाफेकीचा आवाज ऐकून परसदारी धुणे धूत बसलेली राणूची बायको लगबगीने घरात आली.

त्या वेळी राणूने एक फुलदाणी घेऊन भिंतीवर फेकली. आता या फुलदाणीच्या

ठिकऱ्या ठिकऱ्या होणार या विचारानेच राणूच्या बायकोचा जीव गलबलला.

"अहो, काय डोकंबिकं फिरलयं का तुमचं? इतकी सुंदर फुलदाणी अशी भिंतीवर चेंडूसारखी फेकताय."

पण खाली जमिनीवर पडलेली ती फुलदाणी फुटली नाही, तिच्या ठिकऱ्या ठिकऱ्या उडाल्या नाहीत हे बघितल्यावर तिची एकदम दातखिळीच बसली. ही भुताटकी तर नव्हे?

राणूने तिला म्हटले, "अगं वेडे, अशी दचकतेस कशाला? शिवशंकराची कृपा झाली. आहेस कुठं?"

राणूने सांगितलेली ती कहाणी तिला तरी खरी वाटेना.

न फुटणारी, न तुटणारी मातीची भांडी राणूकडे मिळतात ही वार्ता अल्पावधीतच शिवपूरमध्ये घरोघरी गेली. आजूबाजूच्या पंचक्रोशीत वणव्यासारखी पसरली. त्याच्याकडे गिऱ्हाइकांची एकच झुंबड उडाली. राणूही असा सज्जच. पूर्वीच्याच दरात ही न फुटणारी भांडी तो विकत राहिला. रात्रंदिवस खपत राहिला. तरी मागणी वाढतच होती.

"अरे, ही भांडी मातीची आहेत की हिऱ्यामाणकाची? हिरा म्हणजे सगळ्यात

कठीण पदार्थ. न फुटणारा. राणूला हिऱ्यासारखी कठीण मातीची खाण सापडलीय की काय? न फुटणारी ही भांडी म्हणजे एक नवलच म्हणायचे नाही तर काय?''

सर्वांत जास्त खूष झाल्या त्या तमाम बायका. मडकी कधी फुटतील याचा नेम नसे. त्यामुळे त्यांची धावपळ होई. पाणी आणताना नदीत मडके बुडवताना बऱ्याच वेळा ते तडके आणि नव्या मडक्यासाठी हेलपाटा पडे. आता ती धास्ती उरली नाही. परंतु इतर कुंभारांचा मात्र धंदा बसत गेला. त्यांच्याकडची फुटणारी तुटणारी मडकी घ्यायला लोक का कू करायला लागले. अर्थात काही गिऱ्हाइके वर्षानुवर्षे त्यांच्याकडूनच भांडी घेत. ती सगळीच राणूकडे गेली असे नाही; परंतु इतर कुंभारांच्या कमाईवर थोडाफार परिणाम झालाच.

जेव्हा त्यांची उपासमार होऊ लागली, तेव्हा मात्र ते राणूकडे गेले. "बाबा रे, आम्ही सर्वांनी उपासमारीने मरावे असे तुझ्या मनात आहे काय? सध्या आमच्याकडे कोणीच गिऱ्हाईक येत नाही. चार पैसे मिळत नाहीत. आम्ही जगावे कसे?''

राणूला हे ऐकून वाईट वाटले.

पार्वतीने शिवशंकराला केलेला सवाल त्याला आठवला. अरे, आपण तर यःकिश्चित मानव. आपण देवांची बरोबरी करायला निघालो होतो. माणसाला मृत्यू

आहे. येथील सर्व वस्तूही नाशवंत आहेत. अमर असे येथे कोणी नाही. शाश्वत टिकणारी अशी कोणतीही वस्तू येथे नाही. स्वर्गात मृत्यू नाही. सारे काही चिरंतन आहे. पृथ्वीवर स्वर्ग आणण्याची ईर्षा बाळगणे योग्य नव्हे. बदल हा इथला नियम आहे. क्षणभुंगरता हा इथल्या जीवनाचा धर्म आहे.''

बाळगणे योग्य नव्हे. बदल हा इथला नियम आहे. क्षणभुंगरता हा इथल्या जीवनाचा धर्म आहे.''

त्या सर्व कुंभारांना हात जोडून राणू म्हणाला, ''बांधवानो, मला क्षमा करा. न फुटणारी भांडी घडवण्यासाठी माझी इच्छा होती. ती पूर्ण झाली. इच्छा पूर्ण झाली की मग जगण्यातली गंमत हरपते... मला क्षमा करा.'' आणि अधिक काही न बोलता राणू कुंभार तेथून निघाला तो तडक शिवमंदिराकडेच सकाळी पुजारी देवळात आला. शिवाच्या पिंडीला दोन्ही हातांनी कवटाळून निःस्तब्ध बसलेला राणू कुंभार दिसला.

''अरे राणू, असे बसतात का कधी?'' म्हणत राणूला उठवायला पुजारी गेला. त्याच्या पाठीवर हात ठेवला तर राणूचा देह एकदम आडवा पडला .

''भाग्यवान होता बिचारा.'' म्हणत तो धावत देवळाबाहेर आला आणि गावकऱ्यांना हाका मारू लागला.

गावकऱ्यांनी राणू कुंभाराची मोठी समाधी बांधली. तेथे पूजाअर्चा होऊ लागली.

लोकांची रीघ तेथे लागू लागली.

आपली उपासमार टळली म्हणून समस्त कुंभारबांधवांना हायसे वाटले. राणूवरील आपल्या प्रेमाचे प्रतीक म्हणून त्यांनी त्याच्या समाधीवर मोठा मंडप घातला आणि राणूच्या नावाने दरसाल मोठा उत्सव भरवणे सुरू केले.

"देवाधिदेव, वर्षभर थांबण्याचीही मला आता इच्छा नाही. न फुटणारी भांडी हातून घडावी ही माझी इच्छा तू पूर्ण केलीस. मी धन्य झालो. मी सामान्य माणूस. देवाप्रमाणे परिपूर्णतेचा ध्यास मी घेतला. तूही कृपावंत होऊन तो पूर्ण केलास. पण त्याची मर्यादाही माझ्या ध्यानात आलीय. फुटतील, तुटतील अशी भांडी बनवण्यात आता मला अजिबात रस नाही. न फुटणारी भांडी बनवून इतर कुंभारबांधवांच्या पोटावर पाय आणण्याचाही मला अधिकार नाही. ते पातक मला करायचे नाही. परंतु फुटणारी भांडी घडवायला हे हात आता कधी तयार होणार नाहीत. हे हात आता तुझ्या सेवेत रत होऊ दे. हा देह आता तुझ्या सेवेत झिजू दे."

शिवशंकरांनी पार्वतीकडे दृष्टिक्षेप टाकला. पार्वती कसल्याशा विचारात गढलेली होती. शिवशंकरांनी राणू कुंभाराच्या मस्तकावरून हात फिरवला.

◆